ஒரே இரத்தம்

கலைஞர் மு. கருணாநிதி

Title: Ore Raththam

Author: M. Karunanidhi

Language: Tamil

First Published on: 1980

Year of Publication: 2024

Book Format: Paperback

*Page Size: 6inch * 9inch*

Category: Fiction

Subject: Novel

No. of pages: 194

ISBN: 978-81-996243-8-2

Published by: Nilan Publishers, Madurai, Tamilnadu, India

பொருளடக்கம்

குறிப்புகளுக்காக

பதிப்புரை

நாட்டில் புரையோடிப் போய்க் கொண்டிருக்கிற சாதிப் பூசல்களுக்கும் கலவரங்களுக்கும் முடிவுகட்டி, சமத்துவ சமுதாயம் காணவேண்டுமென்ற எண்ணத்தைப் பின்னணியாகக் கொண்டு கலைஞர். கருணாநிதி அவர்கள் எழுதியுள்ள இந்தப் புரட்சிப் புதினத்தை, மிகவும் தேவையான தருணத்தில் வெளியிடுவதைப் பெருமையாகக் கருதுகிறோம்.

சமநீதி தழைத்திடும் சமுதாய மறுமலர்ச்சிக்கு இந்த நூலின் வாயிலாகவும் தனது தொண்டினை ஆற்றிடும் கலைஞர் அவர்கள், சமத்துவக் கொள்கையினைச் செயல் மூலம் நிறைவேற்றி வருபவராவார்.

அவரது நெஞ்சின் ஆழத்திலிருந்து எழுந்திடும் உணர்வுகளே இந்த நூல் முழுதும் எழுத்துக்களாக வடிவெடுத்திருக்கின்றன.

தமிழ்க்கனி பதிப்பகம், கலைஞர் அவர்களின் நூல்களை வெளியிட்டு தமிழன்னையின் மணிமகுடத்தில் புதிய ஒளி முத்துக்களைப் பதித்து வருகிறது.

என்றும் போல் உங்கள் ஆதரவை எதிர்பார்த்து உங்கள் கரங்களில் இந்த நூலை வழங்குகிறோம்.

சென்னை,
21-8-1980

- தமிழ்க்கனி பதிப்பகத்தார்

ஒரே இரத்தம்

அத்தியாயம் : 1

சென்னையிலிருந்து இரவு ஒன்பதரை மணிக்குப் புறப்பட்ட புகைவண்டி மறுநாள் காலை ஆறு மணி அளவில் மாயூரம் நிலையத்தை அடைந்தது.

தொடர்ந்து அதே வண்டியில் பயணம் செய்தவர்கள் கீழே இறங்கி சூடாகத் தேநீர் அல்லது காப்பியை வாங்கி அவசர அவசரமாகக் குடித்துவிட்டு, வண்டிப் பெட்டிகளில் இருந்த தங்கள் வீட்டாருக்கும் எடுத்துக்கொண்டு ஓடினார்கள்.

மாயூரத்திலேயே இறங்கவேண்டியவர்கள், சுமை தூக்கும் தொழிலாளர்களின் உதவியோடு தங்கள் பெட்டி படுக்கைகளை எடுத்துக்கொண்டு உயரமான மரப்பாலத்தில் ஏறிக் கடந்து மாட்டு வண்டிகளையோ குதிரை வண்டிகளையோ தேடுகிற முயற்சியில் ஈடுபட்டனர்.

பொடியைத் தூவினாற்போலத் தலையிலும் உடையிலும் ஒட்டிக்கொண்டிருந்த ரயில் கரியினால் அழுக்கேறி விளங்கிய அவர்கள், வீட்டுக்குப் போய்த்தான் புது மனிதர்களாக ஆக வேண்டும். புகைவண்டி நின்றுகொண்டிருந்த இடத்தில் பத்திரிகை விற்கும் இளைஞர்களின் முழக்கமும் - பழத்தட்டு, இட்லி, வடை ஆகியவற்றைத் தட்டில் வைத்து ஓடிக்கொண்டே வியாபாரம் செய்யும் அன்றாடங் காய்ச்சிகளின் கூச்சலும் அந்த நிலையத்தைப் பரபரப்புக்கு உள்ளாக்கிக் கொண்டிருந்தன.

மாயூரத்தில் வண்டி மாறி திருவாரூர் வழியாகச் செல்லும் பயணிகளும், அல்லது அதற்கு முன்னுள்ள நிலையங்களில் இறங்கும் பயணிகளும் தாங்கள் ஏறிச்செல்ல வேண்டிய புகைவண்டி தங்களுக்காகக் காத்துக் கொண்டிருப்பதைக்

கண்ணுற்று நல்லவேளையாக அந்த வண்டியைத் தவற விட்டுவிடவில்லை என்ற ஆறுதல் முகத்தில் மின்னிட அந்த வண்டியின் பெட்டிகளில் தங்கள் மூட்டை முடிச்சுக்களுடன் ஏறி அமர்ந்தனர்.

ஒரு இலட்சியத்தில் வெற்றி பெற்றுவிட்ட மகிழ்ச்சி அந்தப் பயணிகளின் உள்ளத்தில் பரவியிருந்தது.

திருவாரூர் செல்லும் அந்த வண்டியில் ஏறுவதற்காக ஒரு இளைஞன் ஒரு கையில் பெரிய கூடை ஒன்றுடனும், மற்றொரு கையில் சிறிய பெட்டியொன்றுடனும் சென்னையிலிருந்து வந்த ரயிலில் இருந்து இறங்கி வந்து கொண்டிருந்தான். அந்தப் பெட்டியின் உரை மீது சிகப்பு நூலால் "நந்தகுமார்" என்ற பெயர் அமைக்கப்பட்டிருந்தது.

யாருடைய உதவியுமின்றி அவனே தனது பெட்டியுடனும் கூடையுடனும் ரயிலில் ஏறி உட்கார்ந்து கொண்டான்.

வயது பதினான்கு அல்லது. பதினைந்துதான் இருக்கும். அகன்ற நெற்றி. பெரிய விழிகள். எடுப்பான தோற்றம்.

பலகாரத்தட்டு வியாபாரி நந்தகுமாரின் அருகே வந்து "சூடான வடை!" என்றான். அந்த இளைஞன், கொடு என்று கையையும் காசையும் நீட்டினான். ஒரு தாளில் இரண்டு வடைகளை மடித்துக் கொடுத்துவிட்டுக் காசை வாங்கிப் பையில் போட்டுக்கொண்டு பலகார வியாபாரி, பக்கத்துப் பெட்டி யருகே ஓடினான்.

நந்தகுமார், தாளில் சுருட்டப்பட்டிருந்த வடையை எடுத்துக் கடித்தான்.

குளிர்காற்று அடித்துக்கொண்டிருந்த அந்தக் காலை நேரத்துக்கு வடையின் சூடு, அவனுக்கு உற்சாகத்தை அளித்தது. இரவு முழுதும் சரியாகத் தூக்கமின்றி ரயில்

பயணம் செய்ததால் பசி சற்றுக் கடுமையாகவே இருந்தது. இரண்டு வடைகளையும் விழுங்கிவிட்டு, அந்தத் தாளிலேயே கையைத் துடைத்துக் கொண்டான். அதற்குள் அவன் ஏறியிருந்த ரயிலும் புறப்பட்டுவிட்டது. கொஞ்சம் குடிக்கத் தண்ணீர் கிடைத்தால் பரவாயில்லை. அருகில் இருந்தவர்களைப் பார்த்தான். யாரிடத்திலும் பிளாஸ்க்கோ அல்லது கூஜாவோ குறைந்த பட்சம் கண்ணாடிப் புட்டியோகூட இல்லை என்பதைப் புரிந்துகொண்டான். சரி; சமாளித்துக்கொள்ளலாம் என்ற நினைவுடன் வடை மடிக்கப்பட்டுக் கசங்கிப் போயிருந்த தாளைச் சரிசெய்து பார்த்தான்.

அது ஒரு பழைய செய்திப் பத்திரிகை.

சில மாதங்களுக்கு முன்பு நடைபெற்ற ஒரு கொடிய நிகழ்ச்சி அந்தக் கசங்கிய தாளில் கொட்டை எழுத்துக்களில் அச்சாகியிருந்தது. அந்தச் செய்தியை நந்தகுமார் சென்னையில் அப்போதே படித்திருக்கிறான். உணர்ச்சி வயப்பட்டிருக்கிறான்.

இருந்தாலும், நாள் கடந்துவிட்ட அந்தச் செய்தியை இப்போது மீண்டும் ஒரு முறை படித்தான்.

விழுப்புரத்தில் தாழ்த்தப்பட்ட மக்கள் படுகொலை. கடைத்தெருவும் வீடுகளும் எரிந்து சாம்பலாயின.

--இந்தச் செய்தியைத்தான் அந்த ஏடு விரிவாகவும் விளக்கமாகவும் வெளியிட்டிருந்தது. கசங்கிவிட்ட அந்தப் பழையதாளில் தலைநீட்டிக்கொண்டிருந்த ஒவ்வொரு எழுத்தின் மீதும் நந்தகுமாரின் கூரிய பார்வை ஆழமாகப் பதிந்தது.

ஏற்கனவே தாகத்தால் வரண்டுவிட்டிருந்த அவன் நாக்கும் தொண்டையும் மேலும் வரண்டு காய்ந்து போயின.

காந்தியடிகள் பிறந்து, தாழ்த்தப்பட்டோர் "கடவுளின் மக்கள்" என்று கூறிப் பிரச்சாரம் செய்தபிறகும் - அந்த மக்களின் உரிமைக்காக அம்பேத்கார் போர்க்கொடி உயர்த்திப் பாடுபட்ட பிறகும் இந்தியாவில் எந்த மாநிலத்தில் தீண்டாமைக் கொடுமையும் அதன் விளைவாக அமளிகளும் இருந்தாலுங்கூட அந்த வேதனைக்குத் தமிழகத்தில் இடமிருக்கக்கூடாது என்று பெரியாரும் அண்ணாவும் வாழ்நாள் முழுதும் பணியாற்றிய பிறகும் - விழுப்புரங்கள் நடைபெறுகின்றனவே!

இந்த ஏக்கம் அவனது அடிவயிற்றிலிருந்து பெருமூச்சாக வெளிப்பட்டது.

மாயூரத்தை வந்து சேருவதற்கு முன்பு சிதம்பரம் ரயிலடியில் வண்டி சிறிது நேரம் நின்றது. அப்போது தூங்காமல் விழித்துக்கொண்டிருந்த நந்தகுமாரின் மனக்கண்ணின் முன்னால் நந்தனார் கதை படம்போல ஓடிக்கொண்டிருந்தது.

வேதியரிடம் விடை பெற்று நந்தனார், நடராசனைத் தரிசிக்கத் தில்லைநகர் ஓடிவருகிறார். சிதம்பரம போகாமல் இருப்பேனோ - என் ஜென்மத்தை வீணாய்க் கெடுப்பேனோ எனக்கூறி ஓடோடி வருகிறார். கோயிலுக்கு வெளியே நின்று ஆண்டவனை வழிபடத் துடிக்கிறார். ஆனால் அவருக்கும் விக்கிரகத்துக்கும் நடுவிலே நந்தியின் சிலையொன்று தடையாக அமைந்திருக்கிறது. சற்றே விலகியிரும் பிள்ளாய் சந்நிதானம் மறைக்குது என்ற பாடல் இசையுடன் ஒலிக்கிறது. நந்தனாரின் பக்திக்கு மெச்சிய இறைவன் நந்தியை விலகிக்கொள்ளச் சொல்லி தன் முழு உருவைக் காணுமாறு செய்கிறார்.

நந்தகுமாரின் இளம் உள்ளத்தில் பகவானே பதில் அளிக்க முடியாத கேள்வியொன்று! நந்தியை எதற்காக விலகச்சொல்ல வேண்டும்? "நந்தா! உள்ளே வா!" என்று ஆண்டவன் அவரை அழைத்திருக்கத்தானே வேண்டும். அதுதானே முறை. நந்தி

விலகட்டும்; நந்தனார் தெருவில் நின்றவாறே தன்னை வணங்கட்டும் என்றால் கடவுளே கூட சாதியெனும் கொடுமைக்குக் கட்டுப்பட்டுத்தானே இருந்திருக்கிறார்! இல்லாவிட்டால் உலகில் எல்லோரும் தண்ணீரில் குளித்துவிட்டுத் தன்னை அருகில் வந்து வழிபடலாம் என்று இணங்கிய எம்பெருமான்; நந்தனார் மட்டும் நெருப்பில் இறங்கிக் குளித்துவிட்டு நீசத் தன்மையை அகற்றியபிறகே தன்னை நெருங்கலாம் என்று உத்திரவு பிறப்பிப்பாரா?

சிதம்பரத்திலிருந்து மாயூரம் வருகிறவரையில் நந்தகுமாரின் நெஞ்சம் இப்படி விவாதம் நடத்திக்கொண்டிருந்தது. இப்போது கசங்கிய பழைய பத்திரிகையில் விழுப்புரம் நிகழ்ச்சி! மறக்க முடியாத கொடுமை! அவன் மனத்தில நூற்றுக்கணக்கான சுடுசரங்கள் பாய்ந்து கொண்டிருந்தன.

குறிப்பிட்ட நேரத்திற்குச் சில விநாடிகள் கூடத் தாமதமாகாமல் அவன் வந்த புகைவண்டி, பூந்தோட்டம் நிலையத்தை வந்தடைந்தது வழியில் பேரளம் நிலையத்திலேயே ஒரு குவளை தண்ணீர் வாங்கிக் குடித்துத் தாகத்தைப் போக்கிக்கொண்டிருந்த நந்தகுமார், பூந்தோட்டம் நிலையத்தில் கூடையுடனும் பெட்டியுடனும் இறங்கினான்.

கணுக்கால் வரையில் இறங்கியிருந்த வெள்ளை நிறுக் கால் சட்டை, மடித்து விடப்பட்டிருந்த கையுடன் கூடிய சற்று பழுப்பு நிறமான சட்டையில் இடைஇடையே பசுமையும் நிலமும் கலந்த கட்டங்கள். அந்த அழகான கறுப்பு நிற இளைஞனைத் தவிர, நான்கு அல்லது ஐந்து பயணிகள்தான் அந்த நிலையத்தில் இறங்கினர்

ஆண்களும் பெண்களுமாக ஏழெட்டுப் பேர் அந்த ரயிலில் ஏறிக்கொண்டார்கள். அவர்கள் கூட அரைகுறையாக ரயிலில் தொத்திக் கொண்டவுடனே ரயில் அங்கிருந்து புறப்பட்டுவிட்டது.

நந்தகுமார் பிளாட்பாரத்தில் நின்றவாறு சுற்றுமுற்றும் பார்த்தான். தன்னை வரவேற்க வீட்டிலிருந்து யாரும் வந்திருப்பார்கள் என்பது அவனுடைய எண்ணம். அவன் எதிர்பார்த்தவாறு யாரும் வரவில்லை. அம்மா தனக்காக வீட்டில் சமைத்துக் கொண்டிருப்பாள்.

நீண்ட நாட்களுக்குப் பிறகு ஊருக்கு வருகிற மகனுக்கு நல்ல சாப்பாடு போடவேண்டும் என்று தாய்க்கு ஆசை இருக்காதா என்ன? தந்தை பண்ணைக்குப் போயிருப்பார். அவரால் ஒருநாள் கூட பண்ணைக்குப் போகாமல் இருக்கமுடியாது. அக்காள் பருவமடைந்து வீட்டிலே இருக்கிறவள். ஊருக்குள்ளே அவள் நடமாடுவதற்கே காலையில் கருக்கல் நேரத்திலும் - அந்திசாய்ந்த நேரத்திலும் தான் அம்மாவிடம் அனுமதி கிடைக்கும்.

இந்த அண்ணன் இருக்கிறாரே: அவர் வந்திருக்கக்கூடாதா? அவருக்குக் காடு கழனிதான் தேவாலயம் - திருக்குளம் -- எல்லாமே! அக்காள் அம்மாவைக் கூப்பிட்டிருப்பாள்; வாங்கம்மா - பூந்தோட்டம் நிலையத்துக்கு இரண்டு பேரும் போயி தம்பியை அழைச்சுக்கிட்டு வரலாம் அப்படின்னு! ஏ அப்பா! அம்மாவா சம்மதிப்பாள்? மாட்டவே மாட்டாள்! அம்மாவுக்கு போன உலக யுத்தத்திலே நடந்த ஒரு பயங்கர சம்பவத்தை யாரோ சொல்லியிருக்கிறார்கள்! அதை அடிக்கடி சொல்லிக்காட்டி அம்மா, அக்காளை வீட்டிலேயே பூட்டி வைத்திருக்கிறாள்.

இந்தியாவை வெள்ளைக்காரன் ஆண்டபோதுதானே அந்த யுத்தம் நடந்தது. தமிழ்நாட்டுக் கிராமங்களில் எல்லாம் கூட இராணுவ லாரிகள் அடிக்கடி போய்க் கொண்டிருக்குமாம். எங்கள் கிராமத்துக்குப் பக்கத்துக் கிராமத்திலே பருவமடைந்த ஒரு பெண், பொழுது விடிவதற்கு முன்னாலே வீட்டு வாசலில் வந்து கோலம் போட்டுக் கொண்டிருந்தாளாம். பருவமடைந்த பெண்கள் பகலில் வெளிவரக்கூடாது என்று அப்படி ஒரு கட்டுப்பாடு, அவள் கோலம் போடும்போது அந்த வழியாக

வந்த இராணுவ லாரி, திடீரென்று நின்றதாம். அய்யோ! அம்மா! என்ற ஓலம். அவளை அப்படியே அந்த முரட்டுச் சிப்பாய்கள் தூக்கிக்கொண்டு போய்விட்டார்களாம்.

மறுநாள் அதே நேரத்துக்கு அதே வீட்டு வாசலில் அந்தப் பருவ மங்கையின் பாழ்பட்ட உடலை மூச்சற்ற நிலையில் தூக்கி எறிந்துவிட்டு அந்த இராணுவ லாரி போய்விட்டதாம். இந்த நாற்பதாண்டு கால சம்பவத்தை நேரில் பார்த்ததைப் போல அம்மாவே சொல்லி, தானும் நடுங்கி - அக்காளையும் நடுங்க வைப்பதை நானே கண்டிருக்கிறேனே!

சரி சரி! யாரும் வரவில்லை. நாமே ஒரு வண்டியைப் பிடித்துக் சொண்டு கிராமத்துக்குப் போய்ச் சேருவோம் என்று நந்தகுமார் ரயில் நிலையத்துக்கு வெளியே வந்தான். இரட்டை மாட்டுக் கூண்டு வண்டியொன்று தயாராக நின்றுகொண்டிருந்தது. திருமாகாளம் கிராமத்தைத் தாண்டி அம்பல் கிராமத்துக்குச் செல்ல வண்டி வாடகை பேசிக்கொண்டு, கூடையையும் பெட்டியையும் வண்டியில் தூக்கி வைத்துவிட்டு, நந்தகுமார் முன்பகுதியில் ஏறி உட்கார்ந்து கொண்டான், வண்டிக்காரர் வயதான மனிதர், தலையில் முண்டாசு. இடுப்பில் வேட்டியை வரிந்து கட்டியிருந்தார்.

பூந்தோட்டம் நிலையத்திலிருந்து அம்பல் கிராமத்தை நோக்கி வண்டி மாடுகள் அசைந்தாடி நடக்கத் தொடங்கின.

வண்டிக்காரர் நந்தகுமாருடன் பேச்சுக் கொடுத்தார். அவனுக்கும் அந்தப் பெரியவருடன் பேச வேண்டும் என்று ஆசை சென்னையில் நீண்ட நாட்கள் இருந்துவிட்டவனுக்கு தன் சொந்தக் கிராமப் பகுதிகளைப் பார்ப்பதிலே ஒரு உற்சாகம். ஒரு புத்துணர்ச்சி.

“ஏன் தம்பி, எங்கேயிருந்து வர்ரீங்க?

கிராமத்துக்குரிய மரியாதைப் பண்புடன் வண்டிக்காரர் நந்தகுமாரிடம் கேட்டார்.

"சென்னையிலேயிருந்து!"

"ஓ பட்டணத்திலேயிருந்தா, படிக்கிறீங்களா?"

"ஆமாம் - அங்கேதான் படிக்கிறேன்."

"பட்டணத்திலே, இந்த சினிமா நடிகர் நடிகைகளையெல்லாம் பாப்பீங்களா? எப்படியிருப்பாங்க!... சுலபமா பாக்க முடியுமா?"

வண்டிக்காரப் பெரியவரின் வாய் பிளந்தபடியே இருந்ததையும் ஆவல் கரை புரண்டதையும் நந்தகுமார் ரசித்தான்.

"ஏன் தாத்தா! உங்களுக்குக் கூட அந்த ஆசை விடலியா? பட்டணத்திலே மெரினா கடற்கரை எப்படியிருக்கும்? துறைமுகம் பார்த்திருக்கிறியா? அண்ணா சதுக்கம் பெரியார் நினைவிடம் காமராஜர் நினைவகம் - ராஜாஜி நினைவாலயம் காந்தி மண்டபம் - வள்ளுவர் கோட்டம் - இதையெல்லாம் பார்த்திருக்கிறியா? அப்படின்னு கேக்காம இந்தக் கேள்வியைக் கேக்கிறீங்களே!"

"அதையெல்லாம் நான் என்னத்தைக் கண்டேன் தம்பி! சினிமான்னா நம்ப ஊர்க் கொட்டகையிலே ஆடுது! அழகழகா மன்மதனாட்டமும் ரதியாட்டமும் படத்திலே வர்ராங்களே - அதெல்லாம் உண்மையா? இல்லை, வேஷமான்னு தெரிஞ்சுக்கத் தான்! ஒரு ஆவல்! அதனால கேட்டேன்."

"நீங்க கூட சினிமாவிலே நடிக்கிறீங்களா? உங்களைக்கூட இருபது வயசு வாலிபனா காட்டுறதுக்கு சினிமாவிலே மேக்-அப் எல்லாம் இருக்கு!"

"நமக்கு ஏன் தம்பி அந்த வம்பு தும்பு எல்லாம்!'"

இருவரும் சிரித்துக் கொள்கிறார்கள்.

அவர்கள் பேசுவதை ரசித்துக்கொண்டே நடப்பது போல் வண்டி மாடுகள் ஊர்ந்து கொண்டிருக்கின்றன .

"ஏன் தம்பி, உங்களுக்கு அம்பல் கிராமத்திலே யார் வீடு?"

"வீட்டைச் சொன்னா தெரியிற அளவுக்கு அவ்வளவு விளம்பரமான வீடல்ல!"

'எனக்கு இந்தப் பிர்க்காவிலே தெரியாத ஆளுங்களா? சொல்லுங்க தம்பீ!"

"அம்பல் கிராமத்திலே மாரியைத் தெரியுமா? அவர்தான் எங்க அப்பா!"

"எந்த மாரி?"

"பரமேஸ்வரன் பண்ணையிலே காரியஸ்தரா வேலை பாக்கிறாரே: அந்த மாரிதான்!"

"என்னாது? பரமேஸ்வர அய்யா பண்ணையிலே வேலை பாக்கிற மாரியோட மகனா?"

வண்டிக்காரரின் மீசைகள் படபடத்தன. அங்கங்கள் பதறின.

"டேய்! நீ, அந்த மாரிப் பயலோட மகனா? நீயா என் வண்டியிலே வந்து பெரிய மனுஷன் வீட்டுப் பிள்ளை மாதிரி உக்காந்துகிட்டே! அடக் கடவுளே! என் பக்கத்திலே வேற நெருங்கி உட்கார்ந்து என்னையும் தீட்டாக்கித் தொலைச்சுட்டானே! இறங்குடா கீழே! இறங்கு! படிச்ச

திமிராடா உனக்கு? பஞ்சமன் வீட்டிலே பிறந்துட்டு - கொஞ்சம் கூடப் பயமில்லாமல் வண்டிச் சவாரியா கேக்குது! ராஸ்கல்! இறங்குடா!"

ஆவேசத்தால் வண்டிக்காரர் குதித்தார். நந்தகுமார் வண்டியிலிருந்து இறங்கவில்லை. அவன் நரம்புகளில் நெருப்பு ஆறு ஓடிக்கொண்டிருந்தது! இதயத் துடிப்புக்கள், சம்மட்டி அடிகள் போல் நெஞ்சில் விழுந்துகொண்டிருந்தன.

"இப்ப கீழே இறங்குறியா இல்லையா?"

"முடியாதய்யா முடியாது!"

"முடியாதா?"

வண்டிக்காரர், மாடுகளை அவிழ்த்து விட்டார்.

அடுத்த விநாடி, வண்டியின் முனையைப் பிடித்து அப்படியே தலைகீழாகத் தூக்கிவிட்டார். கூடை, பெட்டிகளுடன் நந்தகுமார், வண்டியோடு கீழே விழுந்து உருண்டான். தீட்டுப்பட்டுவிட்ட பாபத்தைக் கழுவிக்கொண்டு தூய்மையாவதற்காக சாலையோரத்தில் இருந்த குட்டையில் இறங்கி வண்டிக் காரர் அவசர அவசரமாகக் குளித்தார். அந்தக் குட்டையில் ஒரு எருமை மாடும் விழுந்து புரண்டு குளித்துக்கொண்டிருந்தது. வண்டியிலிருந்து உருண்ட நந்தகுமார், தன்னுடைய கையிலும் முகத்திலும் பட்டுவிட்ட சகதியினைக் கழுவிக்கொள்ள குட்டையில் இறங்கப் போனான்.

"டேய்! சண்டாளப் பயலே! இது புண்ய தீர்த்தம்டா! பழைய காலத்து ஐதீகக் குளம் இந்தத் தண்ணியைத் தொடாதே! ஏறுடா கரையிலே!" என்று வண்டிக்காரர் அதட்டிக்கொண்டே அங்கு கிடந்த ஒரு கழியை எடுத்து நந்த குமாரின் தலையை நோக்கி ஓங்கினார்.

அத்தியாயம் : 2

செம்பருத்திப் பூப்போல கிழக்குத் திசையில் உதயஞாயிறு மலர்வதற்கு முன்பே அம்பல் கிராமத்து விவசாயத் தொழிலாளர்கள் தங்கள் உழவுக் கருவிகளுடனும் மாடுகளுடனும் கழனிகளுக்குக் கிளம்பிவிட்டனர். கோழி கூவுவதற்கு முன்பே எழுந்து வயலில் குழம்பியுள்ள சேற்றினைக் கரைத்து வைத்த சந்தனம்போல் தங்கள் கால்களிலும் கைகளிலும் பூசிக்கொள்கிற உழவர் வர்க்கமல்லவா?

வரப்புக்களின் ஒற்றையடிப் பாதையில் காலை இளங்காற்று வாங்குவதற்காக வந்து அமர்ந்திருக்கிற சின்னச் சின்ன நண்டுகள் அந்தப் பாட்டாளிகளின் பாத ஒலி கேட்டு மின்னல் வேகத்தில் ஓடிப் பதுங்கிக்கொள்வதும் உண்டு. அவர்களது கால்களில் தவறுதலாக மிதிபட்டுவிட்ட நச்சுப் பாம்புகள், அவர்கள் மீது சீறி விழுந்து சுடித்துவிடுவதும் உண்டு. கலப்பைகளைத் தோளில் ஏந்திச் செல்வோரும், மாடுகளை ஓட்டிச் செல்வோரும், பரம்படிக்கும் பலகைகளைச் சுமந்து செல்வோரும் கூட்டமாகச் சேர்ந்து வந்தாலும் கூட அவரவர்கள் வேலை செய்யும் கழனிகளுக்கருகே வந்ததும் பிரிந்து சென்று தத்தம் கடமைகளை ஆற்றிட வயல்களுக்குள் இறங்கிவிடுவர்.

அந்த உழைக்கும் தெய்வங்கள்தானே உலகத்து மக்களின் வாழ்வுக்கு அருள்பாலிக்கக் கூடியவை!

உப்பரிகையின் உச்சி மாடியிலே அமர்ந்து கிச்சிலிச்சம்பா அரிசியில் செய்யப்பட்ட சர்க்கரைப் பொங்கலைத் தன் பிரியத்துக்குரியவள் இதழ்களிலே விரல்படும் அளவுக்கு வாயிலே ஊட்டிவிட அந்தச் சுவையையும் அவளின் அதரச்

சுவையையும் ஒப்பிட்டுக் கவிதை மொழியில் பேசுகிறானே, சீமான் வீட்டுப் பிள்ளை - அவனுக்குத் தெரியாது, அந்தப் பொங்கல் அரிசியை விளைவித்துத் தர வியர்வை சிந்திய பட்டாளம் ஒன்று நடு வீதிகளிலே படுத்துறங்குகிற காட்சி!

சன்ன ரக நெல்லை விளைவித்துக் கொடுக்கும் அந்த ஏழைகளின் கூட்டத்திற்குச் சில நேரங்களில் மோட்டா ரக அரிசி கூடச் சாப்பாட்டுக்குக் கிடைப்பதில்லை.

இன்று நேற்றல்ல, இப்படி எத்தனையோ நூற்றாண்டுகளாக ஊரின் ஒதுக்குப்புறங்களில் - ஓட்டைக் குடிசைகளில் தேள்களோடும் பூரான்களோடும் பாம்புகளோடும் போராடிக் கொண்டு - நோய் நொடிகளை ஆண்டவன் தரும் பரிசுகளென எண்ணிக்கொண்டு காலரா, அம்மை போன்ற தொத்து வியாதிகளுக்கு அற்ப ஆயுளில் பலியானால்கூட காளியும் மாரியும் விரும்பி அழைத்துக் கொண்டார்கள் என்ற நம்பிக்கையோடு வாழ்ந்துவரும் பரிதாபத்திற்குரிய சமுதாயமல்லவா அது!

தங்களின் நலனுக்காக உழைப்பவர்களைக்கூடப் புரிந்து கொள்ள முடியாமல் - ஏதோ தெய்வத்துக்கும் சாஸ்திர சம்பிரதாயங்களுக்கும் விரோதமான காரியங்களுக்குத் தங்களைத் தூண்டிவிட்டுப் பாபக் கடலில் தள்ளப் பார்க்கிறார்கள் என்று பயந்து நடுங்கிக்கொண்டுதானே அவர்கள் வாழ்வை நகர்த்தினார்கள்.

இப்போது கூட அவர்கள் வாழ்க்கையில் கோழி கூவியிருக்கிறதே தவிர - இன்னும் வைகறைப்பொழுதே கூட வரவில்லையே! அதன் பிறகல்லவா விடிய வேண்டும்! ஒளியினைக் காணவேண்டும்!

இருண்டு கிடக்கும் மலைப்பகுதியில் அங்கொன்றும் இங்கொன்றுமாக சிறு சிறு அகல் விளக்குகள் எரிவதை மிகத் தொலைவில் இருந்து பார்த்தால் பெரிய

இடைவெளியினூடே வானத்தில் கண்சிமிட்டும் நட்சத்திரங்களைப் போலத் தெரியுமல்லவா; அப்படித்தான் அந்தச் சமுதாயத்தில் விரல்விட்டு எண்ணக்கூடிய விண்மீன்கள் நம் கண்களுக்குத் தெரிகின்றன. பாடுபடும் அந்தப் பெருங்கூட்டம் மட்டும் இல்லாவிட்டால் மனித இனத்தின் முதல் தேவையான உணவு என்பதே, ஏதோ காடுகளில் கிடைக்கிற காய்கனிகள் என்ற அளவோடு நின்று போயிருக்கும்.

அதோ ஏற்றச்சால் தண்ணீரை மொண்டுகொண்டு மேலே புறப்படுகிறது. அது, தானாகவா அந்தப் பணியைச் செய்கிறது! வலுவான இரண்டு கரங்கள் அந்த ஏற்றச்சாலைக் கீழே தண்ணீரை நோக்கி அழுத்துகின்றன. திடமான தேகக்கட்டு கொண்ட ஒரு வாலிபனின் கரங்கள். "பார் முழுதும் ஏர்முனையிலே உழவன் பாட்டிலே கொண்டாட்டம் போடுது" என்ற உடுமலை நாராயணக் கவியின் பாடலைத் தன் இஷ்டத்துக்கு மெட்டமைத்துக்கொண்டு ஓங்கிய குரலில் ஒலித்தவாறு ஏற்றம் இறைத்துக்கொண்டிருந்தான் அந்த வாலிபன்.

அவன் வேலையின் பளுவைச் சிறிது குறைக்க ஏற்றத்தின் மேல் உள்ள நீண்ட கம்பின் மீது ஒருவன் மேலும் கீழுமாக நடந்துகொண்டிருந்தான். ஏற்றம் இறைக்கும் வாலிபன் வளர்ந்து வாட்டசாட்டமாகக் காட்சியளித்தான். வேட்டியைத் தொடைக்கு மேலே வரிந்து கட்டிக்கொண்டிருந்தான்.

ஏற்றச்சாலை அவன் மேலும் கீழுமாக இழுக்கும்போது தொடையின் தசைகள் மினுமினுப்போடு முரடு கட்டிக்கொண்டு விம்மிப் புடைத்தன. சட்டையணியப் பெறாத அவனது அகன்ற பலகை போன்ற மார்பகம் மேலும் விரிந்து, புஜங்களும் வீங்கிப் புடைத்தன. கறுத்திருந்த அவன் முகத்தில் அளவான மீசைகள், உதடுகளின் எல்லையைச் சிறிது தாண்டி சற்று வெளியே தலையை நீட்டிக்கொண்டிருந்தன. மீசையின் முனைகள் திருகிக் கூராக விடப்பட்டிருந்ததால்

இரு மிளகாய்களை உதட்டுக்கு மேலே பொருத்தியது போல் இருந்தது.

"பொன்னா! பொன்னா!" என்று குரல் கேட்டு,

"கூப்பிட்டிங்களாப்பா" என வினவியபடி அவன் திரும்பினான்.

அந்தக் கருக்கல் நேரத்திலும் அவன் தந்தை மாரி, கையில் ஒரு மண்வெட்டியுடன் வரப்பு மேலே நின்றது அவனுக்குத் தெரிந்தது.

"தண்ணி இறைச்சது போதும். பாக்கியிருக்கும் மடைகளை நீ கோலிவிடு. நான் அந்த நாற்றங்கால் பக்கம் போயி, நடவாளுங்க வந்துட்டாங்களான்னு பாத்துட்டு வர்ரேன்."

மண்வெட்டியை வரப்பின் மேல் போட்டுவிட்டு மாரி. நாற்றங்காலை நோக்கி நடந்தார். பொன்னன் முண்டாசை அவிழ்த்து மீண்டும் இறுக்கமாகக் கட்டிக்கொண்டு வரப்பில் கிடந்த மண்வெட்டியைத் தூக்கி மடைகளைக் கோலித் தண்ணீரைக் குறிப்பிட்ட அளவு வயல்களுக்குப் பாயவிடத் தொடங்கினான்.

நாற்றங்கால் பக்கம் சென்றுகொண்டிருந்த மாரியின் மனம் முழுவதும் வீட்டிலேயே இருந்தது. அதைப் போலவே பொன்னனின் இதயமும் அம்பல் ஹரிஜனக் காலனியையே வட்டமிட்டுக் கொண்டிருந்தது. இன்றுதான் நந்தகுமார் வரும் நாள்! மகனைப் பார்க்க மாரியின் நெஞ்சம் துடித்துக் கொண்டிருந்தது. தம்பியைக் காண பொன்னனின் கண்கள் அலைந்து கொண்டிருந்தன. ஆனால் இருவருமே கடமையைத்தான் முதலில் கருதினர். இல்லாவிட்டால் இருவரில் ஒருவர் பூந்தோட்டம் புகைவண்டி நிலையத்திற்குப் போய் நந்தகுமாரை வரவேற்று அழைத்து வந்திருப்பார்களே!

படிக்கிற பையன்தானே - பாதையா தெரியாது வேலைகளை விரைவாக முடித்துவிட்டு வீட்டுக்கு ஓடிவந்து அவனைப் பார்க்கிறோம் என்று கூறிவிட்டுத்தான் அவர்கள் வயலுக்கு ஓடி வந்தனர்.

பாட்டன் பூட்டன் காலத்திலேயிருந்து அம்பல் பண்ணையில்தான் மாரியின் குடும்பம் உழைத்து வருகிறது. இப்பொழுதுள்ள பண்ணைக்காரர் பரமேஸ்வரன் ஆச்சார அனுஷ்டானங்கள், நேமநிஷ்டைகள் அனைத்திலும் பிரசித்தி பெற்றவர்.

அந்தக் கிராமத்தில் அவரால் கட்டப்பட்டுள்ள புதிய பிள்ளையார் கோயில் ஒன்றுகூட உண்டு. அவரது பெருமுயற்சியால் திருப்பணி செய்யப்பட்ட ஈஸ்வரன் கோயிலும் பக்கத்துக் கிராமத்திலே இருக்கிறது. காலையில் எழுந்தவுடன் சூரிய நமஸ்காரம். விநாயகர் கோயில் அர்ச்சனை. மாலையில் எந்த வேலையிருந்தாலும் அதை ஒதுக்கி வைத்துவிட்டு ஈஸ்வரன் ஆலயத்துக்குச் சென்று வழிபாடு. இந்தக் கடமைகளில் அவர் கண்ணும் கருத்துமாக இருப்பவர். தன் குடும்பத்துக்குப் பரம்பரை பரம்பரையாக ஒரு பெரிய பண்ணையின் ஆதரவு இருப்பதை அடிக்கடி மாரி எண்ணி மகிழ்வதுண்டு. இப்போது நாற்றங்காலை நோக்கி நடக்கும்போதுகூட அதே நினைவுதான்! அதையொட்டிய பூரிப்புத்தான்!

சின்னப்பயல் நந்தகுமார்கூட பண்ணை வேலை செஞ்சிகிட்டு கிடக்கட்டுமே! அவனை எதுக்காக இப்பப் படிக்க வைக்கிறேன்னு தான் பரமேஸ்வரன் தடுத்தாரு! என் மவன் படிக்கக் கூடாதுன்னு அவருக்கு ஒண்ணும் கெட்ட எண்ணமில்லை. நானும் என் பெரிய பிள்ளையாண்டானும் அவர் பண்ணையிலே விசுவாசமா வேலை செய்ற மாதிரி நந்தகுமாரும் விசுவாசமா வேலை செய்வான்கிற நம்பிக்கைதான். எனக்குக்கூட முதல்ல அபிப்பிராயம் இல்லைதான். பட்டணத்திலே வக்கீல் வேலை பாக்குதே

பண்ணையாரோட மகன் மகேசு; அதுதான் என்னைத் தொந்திரவு பண்ணி என் சின்னப் பிள்ளையாண்டானைப் படிக்க வச்சே ஆகணும்னு பிடிவாதம் புடிச்சு, அவனைப் பட்டணம் வரையிலே இழுத்துவிட்டுச்சு! இல்லேன்னா நம்ப ஜாதிப் பிள்ளைங்களுக்கு தர்ப்பையைச் சுட்டு நாக்கிலே பொசுக்கினாகூட படிப்பு வராதுன்னுதான் நான் நினைச்சுகிட்டு இருந்தேன். அது என்னடான்னா - நம்ப பயபுள்ளை நந்தகுமார் இந்த வயசிலேயே இங்கிலீஷைத் தலைகீழாப் பேசுது! பாவம், அந்த மகராசன் மகேசுக்கு அவரோட தங்கச்சியையும் படிக்க வைக்கணும்னுதான் ஒரே ஆசை! நீ படிச்சது ஒண்ணே போதும்டா! அடுப்பு ஊதப்போற என் பெண்ணுக்கு உள்ளூர் படிப்பு மாத்திரம் போதும்டா! அவ ஒண்ணும் உன்னாட்டம் காலேஜ்ல படிச்சு வக்கீல் வேலைக்கோ டாக்டர் வேலைக்கோ போக வேண்டாம் - அப்படின்னு அடிச்சு சொல்லிட்டாரே! பண்ணைக்கார அய்யா பொண்ணு காமாட்சின்னா காமாட்சிதான். அதுக்கும் என் பொண்ணு செங்கமலத்தோட வயசு இருக்கும். ஆனா, செங்கமலம் மாதிரி எழுத்துவாசனையே தெரியாத பொண்ணல்ல! நான்தான் நம்ப வீட்ல சாஸ்திரத்துக்கு விரோதமா இந்த நந்தகுமார் மாத்திரம் படிச்சா போதும்னு விட்டுட்டேன். செங்கமலத்தையோ அல்லாட்டி பெரிய பையன் பொன்னையோ படிக்கவைக்கிறதுன்னா எவ்வளவு செலவு புடிக்கும். ஆனா, நம்ப பண்ணைக்காரரு அவரு மகள் காமாட்சியை இப்படி உள்ளூர் படிப்போட நிறுத்தியிருக்க வேண்டாம். ஆமாம் - எங்கே ரெண்டு மூணு மாசமா அந்தக் காமாட்சி பொண்ணு நம்ப கண்ணிலேயே தென்படலே! தோட்டம் துரவுல்லே வந்து நிக்கும். 'ஏ, மாரி! கொல்லை மரத்திலே ஏறி கொய்யாப்பழம் பறிச்சுக்கொடு'ன்னு கேக்கும். இப்ப நம்ப கண்ணிலேயே பட்றது இல்லையே!.... உம்! நம்ப என்னா அய்யாவோட வீட்டுக்குள்ளயா நுழைஞ்சிகிட்டிருக்கோம். ஏழை ஜாதியிலேயே செங்கமலத்தைப் பருவமடைஞ்ச பொண்ணுன்னு தெருவிலே தலைகாட்ட விடாம அந்தக் குடிசைக்குள்ளேயே போட்டு அடைச்சு வச்சிருக்கோம். பண்ணைக்காரரு உயர்ந்த

ஜாதி. அவுங்க வீட்ல அந்தப் பொண்ணுக்குக் கட்டுக்காவல் அதிகமாத்தானே இருக்கும். ஒருவேளை என் பொண்ணு செங்கமலத்தை பக்கத்து ஊர்ல அவுங்க பாட்டி வீட்டுக்கு அனுப்பிச்சு வச்சது மாதிரி பண்ணைக்காரரு பொண்ணும் அவுங்க பாட்டி வீட்டுக்குப் போனாலும் போயிருக்கும்.

இப்படி தன் மனத்துக்குள் நினைவுக் கலப்பை கொண்டு உழுதவாறு அங்கிருந்த ஒரு தாழைப் புதரை நெருங்கினார் மாரி! அவர் கண்கள் அகல விரிந்தன! யாரது? என்ற கேள்வி அவரை அறியாமல் எழுந்தது. கருக்கலின் மங்கலான வெளிச்சத்தில் ஒரு பெண், தாழைப் புதரில் ஒளிந்து ஒளிந்து ஓடிக் கொண்டிருந்தாள். மாரி, நடையில் வேகத்தைச் சேர்த்து அருகே விரைந்தார். முகத்தையும் உடலையும் கறுப்புச் சேலையால் மூடிக்கொண்டிருந்த அந்தப் பெண்ணை மாரியால் அடையாளம் கண்டுகொள்ள முடியவில்லை. யாரம்மா அது? கேள்விக்குப் பதில் இல்லை. அந்தப் பெண் உருவம் மங்கிய ஒளியில் எங்கேயோ மறைந்துவிட்டது. மாரி திகைத்து நின்று சுற்றுமுற்றும் பார்த்தார். என்னடாது! தேவதைங்கிறாங்களே அதா இருக்குமா? தேவதை இந்தப் பாபி கண்ணிலியா தெரியும். ஒருவேளை பேய் பிசாசா இருக்குமா? அதுங்க விடியக் காலையிலே வராதும்பாங்களே! நடுஜாமத்திலே தானே வருமாம்!

இப்படி சிந்தித்துக்கொண்டிருந்த மாரிக்கு அங்கே மற்றொரு அதிர்ச்சி காத்திருந்தது. தாழைப் புதருக்குள்ளிருந்து ஒரு பச்சைச் சிசு வீறிட்டழும் ஒலிதான் அது!

பரபரப்புடன் ஓடிய மாரி கண்ட காட்சி என்ன? கனமான துணியொன்றில் கம்பளி போட்டு மூடியவாறு ஒரு குழந்தை!

அத்தியாயம் : 3

"இருளா! இடும்பா! சடையா! சப்பாணி!" என்று மாரி, உரக்க ஒலியெழுப்பியது கேட்டு கழனிகளின் பல்வேறு பகுதிகளில் வேலை செய்துகொண்டிருந்தவர்கள் அங்கே வந்து சூழ்ந்துகொண்டார்கள்.

ஏதோ தீண்டிவிட்டது என்ற அதிர்ச்சி கலந்த சந்தேகமும் அச்சமும் அவர்களை வாய்க்கால் வரப்புக்களைத் தாண்டிக் குதித்து அங்கு ஓடிவரும்படி செய்தன.

தகப்பனார் வழக்கத்திற்கு மாறாக எல்லோருக்கும் அழைப்பு விடுத்துக் கூச்சலிடுவதைக் கேட்டுத் திகைத்துப்போன பொன்னனும், ஏற்றச்சாலை விட்டுவிட்டு மடை கோலிக் கொண்டிருந்தவன் பதைபதைக்க அங்கு வந்து சேர்ந்தான்.

"அதோ பாருங்க... அந்தத் தாழங்காட்டுக்குப் பக்கத்திலே தங்க விக்ரகம் மாதிரி..." என்று மாரி, வியப்பும் பரபரப்பும் காட்டி; ஓடிவந்தவர்களின் பார்வையை அங்கு வீறிட்டு அழுதுகொண்டிருந்த பச்சிளங் குழந்தையின் பக்கம் திருப்பினார்.

"என்னது அதிசயம்?"

"யாரு குழந்தைடா இது?"

"கதையிலதான் கேட்டிருக்கோம், வள்ளித் திருமணத்திலே வள்ளிக்கிழங்குத் தோட்டத்தில் நம்பிராஜன் வள்ளியை குழந்தையா கண்டெடுத்தான்னு!"

"ஏன், ஜனகமகாராஜன் சீதையைக்கூட குழந்தையா வயல்லேதானே - முந்தாநாள் சம்பூர்ண ராமாயணம் தெருக்கூத்தில ஆடினாங்களே; பாக்கலியா?"

“ஆழ்வார் ஒருத்தரு ஆண்டாளம்மனைக்கூட இப்படித்தான் புதருக்கிட்டே கண்டெடுத்தாருன்னு... நம்ம ஊர் கோயில்ல பாகவதர் ஒருத்தர் கதை சொன்னதைப் போன மாசம் லவுட் ஸ்பீக்கரிலே வெளியில் தொலைவா இருந்து கேட்டோமே; மறந்து போச்சா?"

"சரிப்பா! ஆளுக்கு ஆள் பேசிக்கிட்டே கதை சொல்லிக்கிட்டு இருக்கீங்களே... அது பாவம் பச்சை மண்ணு வீர் வீர்ன்னு தொண்டை காய கத்துதே!" என்றவாறு குழந்தையின் அருகே நெருங்கினாள் ஒரு வயதான கிழவி!

"பர்வதம் பாட்டி! வேண்டாம் வேண்டாம். அது பெரிய ஜாதிக்காரங்க வீட்டுக் குழந்தையா இருக்கப்போவுது. நம்ப போயித் தொடரது மகாப் பாவம்! தொடாதீங்க! தொடாதீங்க!" என்று அலறினார் மாரி.

"அட சும்மா கிட மாரி! ஆபத்துக்குப் பாபமில்லே! குழந்தை இன்னம் கொஞ்ச நேரம் கத்துச்சுன்னா நாக்கு வரண்டு செத்துப் போய்டும்."

பர்வதப் பாட்டி குழந்தையைத் தூக்குவதற்கு நெருங்கிச் சென்று குனிந்தாள்.

மாரிக்கும் மற்றவர்களுக்கும் இதயத் துடிப்புக்கள் பலமாக அடித்துக் கொண்டன. குழந்தையைத் தூக்குவதற்காகக் குனிந்த கிழவி, "ஏ! சாமி! பாம்பு! பாம்பு!" என்று கத்திக்கொண்டு பின்வாங்கி ஓடிவந்து ஒரு கல்லில் இடறிக் கீழே விழுந்தாள்.

மாரியுட்பட அனைவரும் குழந்தை படுத்திருக்குமிடத்தை உற்றுப் பார்த்தார்கள். குழந்தைக்கு மிக அருகே ஒரு நல்ல பாம்பு ஊர்ந்து வந்து கொண்டிருந்தது. அந்தப் பாம்பு தன் தலையைத் தூக்கிப் படமெடுத்து நின்றது.

"நான் சொன்னேன் பாத்தியா! இது ஏதோ தெய்வச் செயலாதான் இருக்கணும். என்னமோ நம்ப ஊரிலே இவ்வளவு பெரிய அதிசயம் நடக்குது. கிருஷ்ணபகவானுக்கு பாம்பு குடை பிடிச்சது மாதிரியில்லே இருக்கு."

"ஆமாம்! அது, குழந்தையைக் கடிச்சுதுன்னா அதையும் பாத்துக்கிட்டு நிக்கிறதா?"

இதற்குள் பொன்னன் தாழம் புதருக்கருகே ஒரே தாண்டாகத் தாண்டினான்.

படமெடுத்து நின்ற பாம்பின் பின்புறமாகச் சென்று தனது வலது கையால் அதன் கழுத்தைக் கெட்டியாகப் பிடித்துத் தூரத்தில் வீசி எறிந்தான். ஒரு மேட்டின் மீது விழுந்த பாம்பு, தனக்கேற்பட்ட அதிர்ச்சியைச் சமாளித்துக்கொண்டு வேகமாக ஓடித் தன்னைக் காப்பாற்றிக்கொள்ள ஒரு புற்றில் புகுந்துகொண்டது. குழந்தையைத் தொட்டுத் தூக்குவதா இல்லையா என்ற கேள்விக்கு, பதில் மட்டும் இன்னும் கிடைக்கவில்லை.

"மாரி! என்ன அங்கே கூட்டம்?"

கம்பீரமான ஒரு குரல் ஒலித்தது.

கூட்டத்தார் கூனிக்குறுகி, குரல் வந்த திக்கை மரியாதையுடன் நோக்கினர்.

பண்ணையார் பரமேஸ்வரன்தான் வந்துகொண்டிருந்தார். அவர் நடந்து வரும் வரப்பின் மீது தாங்கள் நின்றுகொண்டிருப்பது கூட மரியாதைக் குறைவான காரியமென்றும், சாத்திரத்திற்கு விரோதமானதென்றும் திட்டவட்டமாகக் கருதுகிற மாரியும் மற்றவர்களும், வரப்பை விட்டு இறங்கி நீர் தேங்கிய வயல்களில் நின்றுகொண்டு

தலையில் கட்டியிருந்த முண்டாசுத் துணிகளை எடுத்து இடுப்பில் கட்டிக்கொண்டு "எஜமான்!" என்று பயபக்தியுடன் உச்சரித்தனர்.'

விஷயம் என்னவென்று தெரிந்துகொள்ள வினாக்கணை தொடுப்பதற்கு முன்பே தாழங்காட்டிலிருந்து கிளம்பிய குழந்தையின் அழுகுரல் அவரை நகரவொட்டாமல் நிலைபெற்று நிற்க வைத்துவிட்டது.

"எஜமான்! பொன்னனுக்கிட்டே மடையைக் கோலச் சொல்லிட்டு நடவாளுங்க வந்துட்டாங்களான்னு பாக்கிறதுக்காக இந்தப் பக்கம் வந்துகிட்டு இருந்தேன். கருக்கல் நேரத்திலே கருப்பா ஒரு உருவம். பொம்பளை உருவந்தாங்க. திடீர்னு தோணுச்சு. யாரதுன்னு கேட்டேன். தேவதை மாதிரி அப்படியே ஆகாயத்திலே மறைஞ்சு போச்சுங்க. எனக்கு ஒண்ணும் புரியலே. நெஞ்சை அடைக்கிற மாதிரி இருந்துச்சு. அப்பறம் என்னடான்னா "வீர்" ன்னு ஒரு சத்தம்! பாத்தா குழந்தை! எல்லாரையும் கூப்பிட்டேன். இந்தக் கிழவி, குழந்தையைத் தூக்கப் போச்சிங்க எஜமான்! வேண்டாம் தொடாதே! பெரிய ஜாதிக் குழந்தையா இருக்கப்போவுதுன்னு சொன்னேன். தடுத்தேன். கிழவி என் பேச்சைக் கேக்காம தூக்கப் போச்சுங்க! உடனே நாகப்பன் படமெடுத்து 'உஸ்'ஸுன்னு சீறிக்கிட்டு வந்துட்டான். குழந்தையை நாங்க யாரும் தொடலிங்க!... அதுக்குள்ளே எஜமான் வந்துட்டீங்க!"

மாரி, நடந்தவற்றைச் சொல்லி முடித்துவிட்டு ஒரு தெய்வக் குழந்தையை ஏதோ ஒரு தேவதை கொண்டு வந்து அந்த ஊருக்கு வழங்கிவிட்டுப் போயிருக்கிறது என்ற அழுத்தமான நம்பிக்கையுடன் பண்ணையாரின் முகத்தைப் பார்த்தார்.

பரமேஸ்வரன், மெல்ல நடந்து சென்று குழந்தையைக் கம்பளியுடன் கையில் தூக்கினார்.

அவரையறியாமல் அவரது வாய் "ஆண் குழந்தை" என்ற செய்தியை ஒலிபரப்பியது. குழந்தையின் முதுகுக்கும் கம்பளிக்குமிடையில் ஒரு துண்டுத்தாளில் நீல வண்ண எழுத்துக்கள் மின்னிக்கொண்டிருந்தன. அந்த எழுத்துக்கள் கையால் எழுதப்பட்டிருந்தாலுங்கூட தனித்தனி எழுத்துக்களாக விளங்கின.

பண்ணைக்காரப் பரமேஸ்வரன் அதை உரக்கப் படித்தார்.

"இது கடவுளின் பிள்ளை. எடுத்து வளர்ப்பவர் வீட்டில் எல்லா வளமும் பெருகும். ஊருக்கே செழிப்பு உண்டாகும்.

விழிகளை அகல விரித்துக்கொண்டு மாரியையும் மற்றவர்களையும் பார்த்து 'என்னப்பா சொல்கிறீர்கள்? யார் வளர்க்கிறீர்கள்? ஆண்டவனின் குழந்தையாம் அப்பா! அஷ்டலட்சுமியும் வந்து கொஞ்சுவாள்! யாராவது தயாரா இருக்கிங்களா?" என்று முகமலர்ச்சியுடன் பண்ணையார் கேட்டார்.

"எங்களுக்கு ஏன் எஜமான்? எங்க வீட்லதான் ஏழு எட்டுக்குக் குறையாம நண்டும் சுண்டுமா சிடக்குதுங்களே! அதுவும் தெய்வாம்சம் பொருந்தின குழந்தை! நம்ப ஊருக்கே ஒரு அதிர்ஷ்ட தேவதையா வந்து குதிச்சிருக்கு. உங்க வீட்டிலே வளரவேண்டிய கலியுகக் கிருஷ்ண பரமாத்மாங்க இது!" எல்லோரும் ஏகமனதாக எழுப்பிய ஒலியைப் பண்ணைக்காரப் பரமேஸ்வரன் ஏற்றுக்கொள்ளத் தயங்கவில்லை.

குழந்தையின் முகத்தை ஆவலுடன் தன் பெரிய விழிகளால் அவர் விழுங்கினார். மொட்டவிழாத செந்தாமரை யொன்றைத் தன் இரு கரங்களால் தாங்கிக்கொண்டிருப்பது போன்ற உணர்ச்சி அவருக்கு. முகப்பொலிவு, நிறம், அழகு, எல்லாமே அது தெய்விக மகாதமியத்தில் கிடைத்த அற்புதக் குழந்தையாகவே அவருக்குத் தோன்றியது.

"எனக்கும்தான் பிள்ளையில்லைங்கிற குறை கிடையாது! மகேஸ்வரன், காமாட்சி - ஆசை தீர ஆண் ஒண்ணு. பெண் ஒண்ணு இருக்கு! இதை வேற எங்கேயாவது பிள்ளையில்லாதவுங்க வீட்ல கொடுத்தா என்னப்பா!" பண்ணையாரின் இந்தக் கருத்தை யாரும் ஒப்புக்கொள்ளவில்லை.

"தெய்வம். பிள்ளையில்லாதவங்க வீட்டிலேயா போயி பிள்ளையா பொறந்திருக்கு? உங்க கண்ணில படணும்னு தானே கடவுளே விரும்பியிருக்கார்! இல்லேன்ன பர்வதம் பாட்டி போயி குழந்தையைத் தூக்கும்போது பாம்பு வந்து தடுக்குமா? எஜமான்! பகவான் செயலை யாரால கண்டுபிடிக்க முடியும்? இந்த விக்ரகம் எங்க எழை பாழைங்க வீட்ல, அதிலியும் தாழ்ந்த ஜாதிக்காரங்க வீட்ல வளரக்கூடியதுங்களா? இதுக்குப் பொருத்தமான இடம் எஜமான் வீடுதாங்க! எஜமான் வாழ்ந்தா நாங்கள்ளாம் வாழப்போறோம். இந்த ஊர் வாழப் போகுது!

மாரி, பக்திப் பரவசத்தோடு பேசிக்கொண்டேயிருந்தார்.

"சரி மாரி நீங்க எல்லாம் ஆசைப்படுற மாதிரியே நானே வளர்க்கிறேன். என்ன இருந்தாலும் - நம்ம ஊர் புரோகிதர்களையெல்லாம் கூட்டி ஓமம் வளர்த்து, தோஷம் கழித்து. அதுக்கப்புறம் எங்க வீட்டிலே குழந்தையை வளர்க்கலாம்னு நினைக்கிறேன்."

"அப்படியே செய்யிங்க எஜமான்! அதான் சரி! எங்களைப் போல கீழ்ஜாதிக்காரங்க புழங்கும் இடத்திலே இந்தப்புள்ளை கிடந்ததினாலே, தோஷம், தீட்டு எல்லாம் கழிக்கிறதுதான் நல்லது.

மற்றவர்கள் தாழ்த்தியது போதாதென்று தங்களைத் தாங்களே தாழ்த்திக்கொள்ளும் அந்த மனித ஜீவன்களின் சார்பில் மாரி

பண்ணையார் பரமேஸ்வரனின் முடிவுக்கு ஒரு சபாஷ் போட்டார்.

பண்ணையார் குழந்தையுடன் கழனியை விட்டு அகன்றார். மாரியும் மற்றவர்களும் ஆகாயத்தை நோக்கி பயபக்தியுடன் கும்பிடு போட்டு "மாரியாத்தா! காளியாத்தா! எல்லாம் 'உன் செயல்'" என்று கன்னத்தில் போட்டுக்கொண்டு வேலைகளைக் கவனிக்கப் பிரிந்து சென்றார்கள்.

பொன்னன் மட்டும் அசைவற்று நின்றுகொண்டிருந்தான். அவன் கால்கள் அவனையறியாமல் குழந்தை கிடத்தப்பட்டிருந்த இடத்திற்கு நடந்தன. அந்த இடத்தை இமைகொட்டாமல் பார்த்துக்கொண்டிருந்தான். எல்லோருடைய கண்களையும் ஏமாற்றிவிட்டு, ஒரு சிறிய சுருக்குப்பை அங்கே" கிடந்ததை பொன்னன் காணத் தவறவில்லை. திடுக்கிட்டுச் சென்று அந்த சுருக்குப்பையை எடுத்துப் பிரித்து உள்ளே இருந்தவற்றைத் தன் கையில் கொட்டினான்.

அவலை அறியாமல் அவன் "ஆ!" என்று கூச்சல் போட்டுவிட்டான்.

அத்தியாயம் : 4

வைரக்கம்மல்கள் இரண்டு, வைரமூக்குத்தி, பதினைந்து சவரன் பவுன் நாணயங்கள் அவற்றைப் பொன்னன் திரும்பத் திரும்பப் பார்த்தான்.

தன்னை யாரும் கவனிக்கவில்லை என்பதைத் திண்ணமாகத் தெரிந்துகொண்ட பிறகு அவற்றை அந்தச் சுருக்குப் பையிலேயே போட்டு முடிந்துகொண்டு மடியில் இழுத்துக் கட்டிக்கொண்டான்.

தம்பி நந்தகுமார் ஊரிலிருந்து வந்திருப்பான் என்ற நினைவு. அவனை வீட்டை நோக்கி விரட்டியது. நந்தகுமார் வருகைக்காக இரவெல்லாம் சரியாகக்கூடத் தூங்காமல் அவன் அக்காள் செங்கமலமும் தாயார் அஞ்சலையும் அடிக்கடி விழித்துக்கொண்டு பொழுது விடிந்துவிட்டதா என்று ஒருவரை யொருவர் கேட்டுக்கொண்டிருந்தார்கள்.

மாரியும் பொன்னனும் வயலுக்குப் போனபிறகு அஞ்சலையும் செங்கமலமும் செங்கமலமும் தங்கள் சிறிய வீட்டின் வாயிற்படியருகே உட்கார்ந்து வழிமேல் விழிவைத்துக் கிடந்தனர். அஞ்சலை, வீட்டுக்கு வெளியே வந்து தெருவிலே நின்று மகனின் வரவு பார்ப்பதும் பிறகு உள்ளே செல்வதுமாக இருந்தாள்.

பிள்ளைப்பாசமென்பது பெரிய நிலையில் உள்ள குடும்பங்களுக்கும் நடுத்தர நிலையில் உள்ள குடும்பங்களுக்கும் மட்டும் சொந்தமானதல்லவே! ஏழை எளிய சாதாரணக் குடும்பங்களிலும் அந்தப் பாசத்திற்குக் குறைவு கிடையாது.

ஆனால் ஒரு வேறுபாட்டினைச் சுட்டிக்காட்டாமல் இருக்கமுடியாது. பணம், துருப்பிடித்துக் கிடக்கும் இரும்புப்

பெட்டிக்கு உரியவனின் வீட்டில் வயது வந்த பெண்ணோ பிள்ளையோ அற்ப ஆயுளில் மரணம் அடைந்துவிட்டால் கூட அவர்களை நினைத்து நினைத்து அழுதுகொண்டிருக்க மாட்டார்கள். அன்பு வரண்டுவிட்டதாக அதற்கு அர்த்தம் அவர்களுக்கு இருக்கிற தொழில்துறை அலுவல்கள், அவற்றையொட்டிய பயணங்கள், நிகழ்ச்சிகள், சூழ்நிலைகள் எல்லாம் சேர்ந்து அந்த சோகத்தை மறக்க அடிக்கச் செய்துவிடுகின்றன.

அதே கதைதான் ஏழைகளின் இல்லத்திலும்! வெள்ளத்தில் எத்தனையோ பிள்ளைகள் அடித்துச் செல்லப்படுகின்றன. பெற்ற தாயும் தகப்பனும் கதறியழுகிறார்கள். ஆனால் அடுத்த நாள் துயர்துடைப்புப் பணிகளில் தங்கள் வீட்டைக் கட்டிக் கொள்ளப் பணம் பெறுவதற்கோ அல்லது வள்ளல் தன்மை வாய்ந்தோர் வழங்குகிற சேலை வேட்டிகளை வாங்குவதற்கோ கூட்டத்தோடு கூட்டமாகக் 'கியூ' வரிசையில் நின்றுகொண்டிருக்கிறார்கள். என் செய்வது? வயிறு கழுவ வேண்டியிருக்கிறதே; அதனால் பந்த பாசங்கள் கொஞ்சம் ஒதுங்கிக் கொள்கின்றன.

சோக நிகழ்ச்சிகளில் முழுமையாகத் தங்கள் இதயத்தை இணைத்துக்கொண்டு, வெந்து நைந்து போகிறவர்கள் பெரும்பாலும் நடுத்தரக் குடும்பத்து மக்களாகத்தான் இருக்கிறார்கள். இது நாட்டில் - உலகில் - பரவலாகக் காணக் கிடைக்கிற உண்மை!

இந்த இலக்கணத்திற்கு விதிவிலக்கான குடும்பங்களும் இந்த மூன்று அடுக்கில் இல்லாமற் போய்விடவில்லை.

மாரியின் குடும்பம், தாழ்த்தப்பட்ட சமுதாயத்தைச் சேர்ந்தது மட்டுமல்ல; அந்த மக்களில் நூற்றுக்குத் தொண்ணூற்றி ஒன்பது பேருடன் நீங்கா உறவு கொண்டுள்ள வறுமைக்கும் தொடர்புடைய குடும்பந்தான்.

பதினைந்து வயதிலே பருவமடைந்து கடைந்தெடுத்த கற் சிலை போலக் காட்சி தரும் செங்கமலத்துக்கு இப்போது வயது பதினெட்டு!

இரண்டு மூன்று ஆண்டுகளாகவே அவளுக்குத் திருமணம் நடத்திப் பார்க்க மாரியும் அஞ்சலையும் துடித்துக்கொண்டு தானிருக்கிறார்கள்.

பொருத்தமான மாப்பிள்ளை கிடைக்காததுகூடக் காரணமில்லை. இரண்டாயிரம் ரூபாயாவது இருந்தால் தான் ஓரளவு திருப்தியாக திருமணத்தை நடத்த முடியும். இந்தப் பணத்தை பண்ணையாரிடமோ வேறு யாரிடமோ கடனாகப் பெற்று அதைத் திருப்பிச் செலுத்துவதற்குள் படவேண்டிய சங்கடங்களை மாரி, ஏற்றுக்கொள்ளத் தயாராயில்லை.

தானும் தன் மகன் பொன்னனும் பாடுபட்டு உழைத்து அதில் மிச்சப்படுத்துகிற பணத்தில் பொன்னன் திருமணத்தையும், செங்கமலம் திருமணத்தையும் நடத்திட வேண்டும் தான் அவன் முன்மொழிந்து அவன் வீட்டார் என்பது ஏற்றுக் கொண்ட தீர்மானமாகும்.

ஒரு வருடத்திற்கு மேலிருக்கும். பக்கத்து ஊர் டூரிங் சினிமாவில் "நான் பெத்த பெண்ணு" என்று படம் வெளியாகியிருந்தது. செங்கமலத்துக்குச் சிறுவயதிலிருந்தே சினிமா ஆசை உண்டு. பருவமடைந்த பிறகு படம் பார்க்கும் வாய்ப்பு மிகவும் குறைந்து விட்டது. படத்தின் பெயர் நன்றாயிருக்கிற தேயென்று அஞ்சலை, தன் மகள் செங்கமலத்தை அழைத்துக் கொண்டு அந்த டூரிங் தியேட்டருக்கு இரண்டாவது காட்சிக்குப் போயிருந்தாள். தரை டிக்கெட்தான். பெண்களுக்கென்று தனியாக ஒதுக்கப்பட்ட இடத்தில் முதல் காட்சிக்கு வந்திருந்த பெண்மணிகள் துப்பியிருந்த வெற்றிலை பாக்கு எச்சிலை மணல் கொண்டு மூடிவிட்டு அதன்மீது பழைய துணியை விரித்து உட்கார்ந்துகொண்டு படம் பார்த்தனர்.

தனியாகக் கழிகள் கொண்டு அடைத்து நாற்காலிகள் போடப்பட்டிருந்த முதல் வகுப்பில் பண்ணையாரும் அவர் மனைவி பார்வதியம்மாளும், மகள் காமாட்சியும் அமர்ந்து படம் பார்த்துக் கொண்டிருந்தனர். அவர்கள் தங்களைப் பார்த்து விடக்கூடாது என்ற மரியாதை கலந்த அச்சத்துடன் அஞ்சலையும், செங்கமலமும் தங்கள் முகங்களைப் பனைமரத் தூண்களுக்கிடையே மறைத்துக் கொண்டனர்.

காமாட்சிக்கும் செங்கமலத்தின் வயதுதான் இருக்கும் என்பதுபோல் தோன்றினாலும் அவள் பதினைந்தாவது வயதில் பருவமடைந்து நாலைந்து ஆண்டுகளைக் கடந்துவிட்டாள். செங்கமலம்; செதுக்கப்பட்ட கற்சிலையென்றால், காமாட்சி; வார்த்தெடுக்கப்பட்ட பொற்சிலையென்று கூறலாம். வண்ண வேறுபாடே தவிர, வடிவழகில் இருவரையும் போட்டிக்கு விடலாம். பரிசை யாருக்கு அளிப்பது என்பதில் பந்தயத்து நீதிபதிகள் திணறவே நேரிடும். செங்கமலத்திற்கு மணவிழா நடக்காததற்கு வறுமை காரணம்! செல்வந்தர் வீட்டுச் செல்வி காமாட்சி ஏன் இன்னும் காத்துக் கிடக்கிறாள்?

'வீட்டுக்கு வீடு வாசற்படிதான்' என்ற கிராமீய மொழிக்கொப்ப அங்கும் பிரச்சினை இல்லாமல் இல்லை. எத்தனையோ பட்டதாரி மாப்பிள்ளைகள், உத்தியோகங்களில் இருப்பவர்கள், காமாட்சியைப் பெண் பார்த்து தங்களின் மனப்பூர்வமான விருப்பத்தையும் கூறியிருக்கிறார்கள்.

ஆனால் நாலைந்து வருடங்களாகவே காமாட்சியின் திருமணம் தள்ளிப் போடப்பட்டுக் கொண்டே வருகிறது. வருகிற மாப்பிள்ளைகள் எல்லாம் காமாட்சியைத் திருமணம் செய்து கொள்ள ஒரு லட்ச ரூபாய் அளவுக்கு 'பட்ஜெட்' போட்டுப் பண்ணையாரிடம் முழு மானியத்தையும் எதிர்பார்க்கிறார்கள். கார் வேண்டும் - பட்டணத்தில் ஒரு வீடு வேண்டும் - இப்படிப் பட்டியல்கள் நீண்ட காரணத்தால்

பண்ணையார், காமாட்சியின் திருமணத்தை ஒத்திப் போட்டுக்கொண்டே வந்தார். "பச்சைக்கிளி மாதிரி பெண்ணைப் பெற்று வச்சிருக்கேன். வர்ர பயல் எல்லாம் என் பெண்ணைவிட என் பணத்தையில்ல ரொம்ப அதிகமா நேசிக்கிறானுங்க!" என்று வசைபாடிக்கொண்டிருந்தார் பரமேஸ்வரன். ஆனால் அவர் மகன் மகேஸ்வரனுக்குப் பெண் கொடுக்கப் பல பேர் நான் முந்தி - நீ முந்தி என்று வந்தபோது, பண்ணையார் அந்தப் பெண் வீட்டுக்காரர்களிடம் கேட்ட வரதட்சணை இரண்டு லட்சத்துக்குக் குறைவில்லை.

"கசக்குதா என் மகனுக்குப் பெண்ணைக் கொடுக்க? கண்ணுக்கெட்டிய தூரம் வரையில் நிலபுலம்! முப்பது ஸ்டாண்டர்டு ஏக்கரா உச்சவரம்பு வந்தபோதே அஞ்சு பத்தா பிரிச்சு எழுதிவச்சு அமோகமா பூமாதேவி விளைஞ்சுகிட்டிருக்கா! மெட்ராசிலே வக்கில் தொழில்லே பணமா கொட்டுறான் பையன்! மன்மதன் மாதிரி பெத்து வச்சிருக்கேன். ரெண்டு லட்சமென்ன, மூணு லட்சமே கொடுக்கலாம் வரதட்சணை!" - பெண் கொடுக்க வந்தவர்களிடம் பண்ணையார் இவ்வளவு கண்டிப்பாகப் பேசி அவர்களை வழியனுப்பி வைத்துக்கொண்டிருந்தார். இதுதான் மனிதன், தனக்குத்தானே வகுத்துக் கொண்ட நியாயம்! தன் பெண்ணுக்கு வரதட்சணை கேட்பது கொடுமையாம்! ஆனால் தன் பையனுக்கு அவர் வரதட்சணை கேட்பது உரிமையாம்!

டூரிங் டாக்கீசில் விளக்குகள் அணைந்தன. படம் ஆரம்பமாயிற்று. அஞ்சலையும் செங்கமலமும் நிமிர்ந்து உட்கார்ந்து படத்தை ரசிக்கத் தொடங்கினர்.

ஒரு அழகான பெண்! அவள் திருமணமாகாமலே வீட்டிலே இருக்கிறாள். இரண்டு மூன்று தடவை திருமண ஏற்பாடுகள் நடைபெற்று எதிர்பாராத திடீர் நிகழ்ச்சிகளால் திருமணம் நின்றுபோகிறது. வாழ்க்கையில் வெறுப்புற்ற அந்தப் பெண் தற்கொலை செய்துகொள்ள ஒரு பாழுங் கிணற்றில்

குதிக்கிறாள். அதைத் தொலைவிலிருந்து பார்த்து விட்ட ஒரு வாலிபன் கிணற்றில் பாய்கிறான். இருவரும் கட்டிப் பிடித்தவாறு வெளியே வருகிறார்கள். ஒருவரையொருவர் தழுவிக்கொண்டு கிணற்றங்கரையிலேயே புரளுகிறார்கள். இன்பகீதம் இசைக்கிறார்கள்.

படத்தின் கதை இப்படிச் சென்றுகொண்டிருந்தது. அஞ்சலை வெடுக்கென செங்கமலத்தின் கையைப் பிடித்து இழுத்து "வாம்மா வீட்டுக்குப் போகலாம்" என்று எழுந்தாள்.

"ஏம்மா!" என்றாள் திகைப்புடன் செங்கமலம்!

"படமா இது? தூ!" என்று முணுமுணுத்துக்கொண்டே அஞ்சலை, செங்கமலத்தை அழைத்துக்கொண்டு வீட்டுக்கு வந்துவிட்டாள்.

இது நடந்து ஓராண்டுக்கு மேலே ஆகிறது! பிள்ளைகளையும் பெண்ணையும் கண்ணியமாகவும் கட்டுப்பாடாகவும் வளர்ப்பதில் அஞ்சலைக்கு அவ்வளவு அக்கறை! அதே அளவுக்கு அந்தக் குடும்பத்தில் பாசத்தின் திரு உருவமாகவும் அஞ்சலை திகழ்ந்தாள்.

வயல் வேலைகளை முடித்துக்கொண்டு வீடு திரும்பிய மாரி, "என்ன, இன்னும் தம்பிப் பய வரலியா?" என்று கேட்டுக்கொண்டே வீட்டின் முன்புறமுள்ள கட்டைத் திண்ணையில் உட்கார்ந்தார்.

"ரயில் முன்னாடியே வந்திருக்குமே! இன்னும் பிள்ளையாண்டானைக் காணுமே!" என்று முகவாய்க்கட்டையில் கைவைத்துக்கொண்டே கூறிய அஞ்சலை, "பெரியவன் எங்கே? அவனையாவது அனுப்பிச்சி பாத்துட்டு வரச் சொல்லலாமே!" என்று மாரியிடம் கேட்டுக்கொண்டாள்.

"ஆமாம்ப்பா! அண்ணனை உடனே ஸ்டேஷனுக்கு அனுப்புங்க!" என்று வாயிற்படியிலிருந்து தலையை வெளியே நீட்டி செங்கமலமும் தகப்பனிடம் சிபாரிசு செய்தாள்.

"பொறுங்க! கொஞ்சம் பொறுங்க! ரயில் லேட்டா இருந்தாலும் இருக்கும். வந்துடுவான். இல்லேன்னா நானே போயி பாக்கிறேன்" என்று மாரி கூறிவிட்டு மடியிலிருந்த வெற்றிலைப் பொட்டலத்தை அவிழ்த்து பாக்கை வாயில் குதப்பிக் கொண்டு வெற்றிலையை அஞ்சலையிடம் கொடுத்து சுண்ணாம்பு தடவச் சொன்னார்.

அஞ்சலை, சுண்ணாம்பைப் பக்குவமாகத் தடவி வெற்றிலையை மடித்து மாரியிடம் கொடுத்தாள். மாரி, விடியற்காலை நேரத்தில் வயல்வெளியில் நடந்த கதையை மனைவியிடமும் மகளிடமும் சுருக்கமாகச் சொன்னார். இருவரும் அதிசயத்தில் மூழ்கிப் போனார்கள். அப்போது பொன்னனும் வீட்டுக்கு வந்து சேர்ந்தான்.

"பெரியவனே! தம்பியை இன்னம் காணும்! கொஞ்சம் போயி பாத்துட்டு வாடாப்பா!""

என்று அஞ்சலை கூறி முடிப்பதற்குள், அவர்கள் வீடு இருக்கும் தெருமுனையில் ஒரு அம்பாசிடர் கார் வந்து நின்றது. தலையில் ரத்தம் தோய்ந்த வெள்ளைத் துணிக் கட்டுப் போடப்பட்ட நிலையில் காரிலிருந்து நந்தகுமாரை, ஒரு வாலிபன் தூக்கிக்கொண்டு மாரி வீட்டை நோக்கி வந்து கொண்டிருந்தான்.

அஞ்சலை "அய்யோ" என்று அலறிக்கொண்டு ஓடினாள். மாரியும் பொன்னனும் எதிர்கொண்டு விரைந்தனர். எதுவும் புரியாமல் அதிர்ச்சியடைந்த செங்கமலமும் வீட்டு வாசலுக்கு ஓடிவந்து விட்டாள். அதற்குள் அந்த வாலிபன் நந்தகுமாரைத்

தூக்கிக்கொண்டு வந்து மாரி வீட்டுத் திண்ணையில் படுக்க வைத்தான்.

"என்னா ஆச்சு என் பிள்ளைக்கு?"

"தம்பீ! தம்பீ!"

அஞ்சலையும், செங்கமலமும் நந்தகுமாருக்கு அருகே உட்கார்ந்து கொண்டு பதைபதைத்தனர்.

பொன்னன், தம்பி நந்தகுமாரை மெதுவாகத் தட்டி எழுப்பிப் பார்த்தான். நந்தகுமார் கண்விழித்து *"பயப்படாதிங்க! ஒண்ணுமில்லை"* என்று அம்மா, அக்காள், அண்ணன் மூவரையும் பார்த்துப் புன்னகை புரிந்து அவர்களின் அச்சத்தைப் போக்கினான்.

"மாரி! வர்ர வழியிலே நந்தகுமாரை ஒரு வண்டிக்காரப் பெரியவர் தடியால் ஓங்கித் தலையில் அடித்துவிட்டார். நந்தகுமார் ரத்தம் கொட்டக் கீழே விழுவதற்கும், என் கார் அருகே வருவதற்கும் சரியாக இருந்தது! நான் உடனே இவனைத் தூக்கிக் கொண்டு ஒரு டாக்டர் வீட்டுக்குப் போயி, சிகிச்சை அளித்து அழைச்சிகிட்டு வந்தேன். ஆபத்து எதுவுமில்லை. டாக்டர் எதுக்கும் பயப்படவேண்டாம்னு சொல்லி மருந்து கொடுத்திருக்கார். ஊசியும் போட்டிருக்கார். இந்தா மருந்து!"

அந்த வாலிபனின் முன்னால் நடுங்கிக்கொண்டு நின்றிருந்த மாரி, நின்ற இடத்திலேயே தரையில் விழுந்து தண்டனிட்டு *"சின்ன எஜமான்! எங்களை மன்னிச்சிடுங்க! எங்களுக்காக நீங்க எவ்வளவு பெரிய பாபத்தை செய்திருக்கீங்க! உங்க குல மென்ன, கோத்திரமென்ன? நீங்க போயி, என் மகனை கை தொட்டுத் தூக்கிறதா? காரிலே வச்சு அழைச்சுகிட்டு வர்ரதா?... இந்தப் பாவம் எங்களைத்தான் சுத்தும் எஜமான்!"*

-என்று கண் கலங்கப் புலம்பத் தொடங்கினார்.

"நான் ஒண்ணும் சின்ன எஜமான் இல்லை! உன் மகன் பொன்னன் வயசுதான் ஆகுது எனக்கு! அதனால என்னை மகேஸ்வரன்னே கூப்பிடலாம்.

"சிவா! சிவா! வேண்டாம் எஜமான்! பாபம்! பாபம்!"

"எது மாரி பாபம்? தாழ்த்தப்பட்ட குலத்தில பிறந்ததுக்காக இவன் வண்டியிலே ஏறக்கூட உரிமையில்லைன்னு தடியாலே அடிச்சு தலையை உடைக்கிறாங்களே; அதைவிடப் பெரிய பாபம் இருக்கா?"

"பெரியவுங்க காலத்திலேயிருந்து வர்ர பழக்கமுங்க! சாஸ்திர சம்பிரதாயத்துக்கு விரோதமா நடக்கலாங்களா?"

"மாரி! உன்கிட்டே ஒரு வரியிலே எதையும் விளக்க முடியாது. கொஞ்சம் தண்ணி கொடுக்கச் சொல்லு!..."

இப்படிச் சொல்லிக்கொண்டே மகேஸ்வரன் அந்த வீட்டுக் கட்டைத் திண்ணையில் உட்காருகிறான்.

"தண்ணியா? வேண்டாம் எஜமான்; வேண்டாம்! எங்களுக்குத்தான் பாபம்!"

"சரி! இவ்வளவு கஷ்டப்பட்டு உன் மகனைக் காப்பாத்திகிட்டு வந்ததுக்கு, தண்ணிகூடத் தரமாட்டீங்களா?... நான் வர்ரேன்."

மகேஸ்வரன் எழுந்து காரை நோக்கிச் சென்றான். அதற்குள் செங்கமலம் வீட்டுக்குள்ளிருந்து தண்ணீர்க் குவளையுடன் வாயிற்படிக்கருகே வந்தாள். மகேஸ்வரன் கார் புறப்படும் ஒலி கேட்டது.

அத்தியாயம் : 5

காரின் ஒலியிலேயே கவனத்தைச் செலுத்தி ஒரு கணம் தன்னையும் மறந்து நின்றுவிட்ட செங்கமலம், தண்ணீர்க்குவளையைத் திண்ணையில் வைத்துவிட்டு தம்பி நந்தகுமாரின் அருகே சென்றாள்.

அவனைச் சுற்றி மாரியும் அஞ்சலையும் பொன்னனும் செங்கமலமும் உட்கார்ந்து கொண்டனர்.

செய்தி பரவிய காரணத்தால் தெருவில் உள்ளவர்கள் மாரி வீட்டைச் சூழ்ந்துகொண்டு ஆவலுடன் முழுத் தகவலறிய முற்பட்டனர்.

நந்தகுமார் படுத்திருந்த நிலையிலேயிருந்து கொஞ்சம் சாய்ந்து உட்கார்ந்துகொண்டான்.

"என்னப்பா நடந்தது? யாரப்பா உன்னை அடிச்சது?"

"யாரும் என்னை அடிக்கலே! ஜாதிக் கொடுமை என்னை அடிச்சது!"

"அடிச்ச ஆளைச் சொல்லுடா! இப்பவே நாங்க படை திரண்டு போயி அவனைப் பிரியைக் கட்டி இழுத்துக்கிட்டு வர்ரோம்!"

ஒரு முரட்டு மனிதன் மீசையை முறுக்கிக்கொண்டு கையிலிருந்த திருக்கை வாலையும் வீசிக் காட்டினான்.

"ஆள் யாருன்னு தெரியாது! தெரிஞ்சாலும் நான் சொல்லமாட்டேன். அடிச்சவர் மேலே என்ன குற்றம் இருக்குது? அவரா அடிச்சார்? அவரை அப்படி செய்யச்சொன்னது யாரு?"

"யாருடா யாரு? சொல்லு, இப்பவே அவனைச் சுக்கு நூறா ஆக்குறோம்!"

"சுக்குநூறா ஆக்கவேண்டியது ஆளையல்ல மாமா! இந்த மாதிரி ஜாதிவெறியை நம்ப நாட்டிலே ரொம்ப காலத்துக்கு முன்னாடியே விஷ ஊசி மாதிரி போட்டு நம்ப தமிழ் சமுதாயத்தையே கெடுத்து வச்சிருக்கிற சாஸ்திரங்களையும் சம்பிரதாயங்களையும் தான் சுக்குநூறா ஆக்கணும்!'
"பொன்னா!" உன் தம்பி பெரிய தத்துவமில்லே பேசுறான்.

"அதுக்குத்தானே அவனைப் படிக்க வச்சது! நம்ம இருட்டைத் தொலைக்க இந்த ஒரு விளக்கு போதாது. இன்னம் பல விளக்குகளை ஏத்தி வைக்கணும்."

"நீ சொல்றதும் சரிதான் பொன்னா! இருந்தாலும் நம்ப ஊர்லே நம்ப ஜாதியிலே இந்த ஒரு பிள்ளையாண்டான் படிச்சு, பெரிய உத்தியோகத்துக்குப் போனா அது நமக்கெல்லாம் கௌரவம், பெருமைதானே!"

ஒரு வயதானவர் முகத்தில் மகிழ்ச்சி பொங்கி வழிந்திட இப்படிப் பேசினார். வலியையும் பொறுத்துக்கொண்டு நந்தகுமார் அவரை இடைமறித்தான்.

"தாத்தா! நீங்க நினைக்கிறதுதான் தப்பு! தாழ்த்தப்பட்டவுங்க, பிற்படுத்தப்பட்டவுங்க முன்னேற்றம் என்றாலே அந்த ஜாதிகளிலே யாரோ நாலு பேரு படிச்சுப் பட்டம் பெறுவது! அவன் இரண்டு பேரு பெரிய உத்தியோகத்துக்குப் போறது! அதோட நம்ப முன்னேற்றம் முடிஞ்சு போகுது! அப்படிப் படிச்சவன், பதவிக்குப் போனவன்; தான் பிறந்து வளர்ந்த சமூகங்களைத் திரும்பிப் பார்க்கிறானான்னா - சத்தியமா கிடையாது! அவன் பட்டணத்திலே வேலை பாத்துகிட்டு, எதாச்சும் ஒரு பதவியில இருந்துகிட்டு, தன்னையும் உயர்ந்த ஜாதிக்காரன் மாதிரி பாவலா பண்ணிக்கிறானே தவிர அவனாலே சமூகத்துக்கு ஒரு செல்லாக்காசு பயன்கூடக்

கிடையாது. அதனாலதான் சொல்றேன். யாரோ ஒருத்தர் ரெண்டு பேர் படிச்சா போதும்னு இல்லாம நம்ப எல்லா வீட்டுப் பிள்ளைகளும் படிக்கணும்."

"பேரப் பையன் என்னா போடு போடுறான் பாத்தியா! அது சரிடா கண்ணு! நம்ப எல்லாரும் படிக்க ஆரம்பிச்சுட்டா அப்பறம் நிலத்தை உழுறது யாரு? பயிர் பண்றது யாரு? அப்பறம் உலகம் என்ன ஆவுறது?"

"தாத்தாவுக்கு உலகம் இந்த அஞ்சாறு கிராமத்து எல்லையோட முடிஞ்சு போச்சு! தாத்தா! உலகம் ரொம்பப் பெரிசு! நம்ப கிராமம் மாதிரி பல லட்சம் கிராமங்களைக் கொண்டது நம்ப நாடு! அதாவது இந்தியான்னு சொல்றோமே அது! இந்தியா மாதிரி பல தேசங்கள் இருக்கு உலகத்திலே! அங்கேயெல்லாம் படிச்சவன் உழவு வேலை பாக்கக் கூடாதுன்னோ - அல்லது உழவு வேலை பாக்கிறவன் படிச்சிருக்கக் கூடாதுன்னோ ஒண்ணுமில்லை! ஏதோ நம்ப நாட்டிலே தாழ்த்தப்பட்டவுங்களுக்கும் பின் தங்கியவுங்களுக்கும் சில தியாகத் தலைவர்கள் பாடுபட்டு காலமெல்லாம் உழைச்சாங்க! அந்த உழைப்பைப் பயன்படுத்திக்கிட்டு நம்ப சமூகங்களிலே பதவி வாங்கிக்கிட்ட சில சுயநலவாதிகளாலே நம்ப சமூகம் முன்னேறவே முடியாது! நம்ப எல்லாரும் சேர்ந்துதான் புரட்சி பண்ணணும்.

"அப்படி வா வழிக்கு! அதைத்தான் நான் சொல்றேன். உன்னை அடிச்ச அந்த ஆள் யாரு? இப்பவே சொல்லு! புரட்சியைப் பண்ணிக்காட்டுறோம்.
தனக்குக் கிடைத்த சந்தில் நுழைந்துகொண்டு முரட்டு மனிதன் கோபம் கொப்பளிக்க முண்டாவைத் தட்டினான்.

"நான் சொல்ற புரட்சி அடிதடிப் புரட்சியல்ல. அடிப்படைப் புரட்சி! முதல்ல நம்ப வீட்டுப் பிள்ளைகளுக்கு அறிவுக் கண்ணைத் திறக்கணும். எல்லாரும் ஓர் குலம் அப்படின்னு

பாடுற பாட்டைக் கேட்டு தலையை அசைச்சுகிட்டு இருந்தா போதாது. நமக்குள் ளேயே அந்த எண்ணம் வரணும். நமக்கு இருக்கிற தாழ்வு மனப் பான்மை போகணும். பண்ணைக்காரர் மகன் மகேஸ்வரன் வக்கீலா இருக்காரு! அதோட சீர்திருத்தவாதியாவும் இருக்காரு! அந்த வண்டிக்காரர் என்னை அடிச்சப்போ, துடிதுடிச்சு ஓடி வந்து என்னைத் தூக்கிக் காரிலே போட்டுகிட்டு டாக்டருகிட்டே ஓடி, கட்டுக் கட்டி சிகிச்சையெல்லாம் செய்து, அதுக்கப்புறம் அவர் காரிலேயே இங்கே கொண்டாந்து விடுறாரு! அது மகா பாபமாம்-எங்கப்பா போயி, அவர் காலிலே விழுந்து மன்னிப்புக் கேட்கிறாரு! இப்படியொரு தாழ்வு மனப்பான்மை நமக்கிட்டே இருந்தா நம்ப எங்கே உருப்படுறது?"

மாரி, மகிழ்ச்சியும் கோபமும் கலந்த குரலில் மகனைப் பார்த்து "டேடே தம்பீ! நிறுத்துடா உன் பிரசங்கத்தை ! கொஞ்சம் உடம்பு நல்லாகட்டும். அப்பறம் ஒரு நாளைக்கு நம்ப தெருவிலேயே மேடை போட்டு பெட்ரோமாக்ஸ் லைட் வச்சு தர்ரேன். நீ உன் பிரசங்கத்தை நடத்தலாம்" என்றார்.

"லைட் மாத்திரம் போதாதுப்பா! லவுட் ஸ்பீக்கர் கூட வச்சுத் தரணும். கூட்டத்தை நம்ப தெருவிலே மட்டும் போட்டுப் பிரயோஜனமில்லை. அடக்கப்பட்டு, ஒடுக்கப்பட்டு, ஆண்டவன் பேராலும், மதங்கள், புராணங்கள், வேதங்கள், இதிகாசங்கள் பேராலும் நசுக்கப்பட்டுக் கிடக்கிற நம்ப மக்கள் இருக்கிற எல்லா இடங்களிலேயும் கூட்டம் போடணும். அம்பல் கிராமத்திலே மட்டுமல்ல; பக்கத்திலே இருக்கிற திருமாகாளம், பொறக் குடி, கிடாமங்கலம், கணபதிபுரம் எல்லா ஊர்லேயும் முதல் கட்டமா கூட்டத்தை ஏற்பாடு 'செய்யுங்க! உங்களுக்கெல்லாம் பூந்தோட்டத்துக்குப் பக்கத்திலே இருக்கிற கூத்தனூர் கிராமம் தெரியுமில்லே! நம்ப தமிழ்நாட்டிலேயே சரஸ்வதிக்குன்னு ஒரே ஒரு கோயில் இருக்கிற ஊர் அது ஒண்ணுதான்னு எல்லாரும் சொல்றாங்க! இப்படி சரஸ்வதிக்குக் கோயில் கட்டி வச்சிருக்கிற

பெருமைதான் மிச்சமே தவிர நூற்றுக்கு நூறு பேர் நம்ப தற்குறியா இருக்கிறோமே; இது சரியான்னு சிந்திச்சுப் பாருங்கன்னு அந்தக் கூட்டத்திலே எடுத்துச் சொல்லணுமா வேண்டாமா?"

"சரி! சரி! இவன் இப்பவே இந்தக் கூட்டத்திலேயே பேச ஆரம்பிச்சுட்டான். அஞ்சலை! அம்மா செங்கமலம்! இவனை உள்ளே அழைச்சிகிட்டு போயி கயத்து கட்டில்லே ஒரு பாயை விரிச்சி படுக்க வைங்க!"

மாரியின் இந்த முடிவுரையுடன் நந்தகுமாரின் திண்ணைப் பிரசங்கம் முடிவுற்றது.

தெருவில் உள்ளவர்கள் பொன்னன் முதுகைத் தட்டிக் கொடுத்து 'உன் தம்பி சரியான சுட்டியா இருக்கிறான்ப்பா! எதிர் காலத்திலே பெரிய ஆளா வருவான் பாரு!" என்று பாராட்டிப் புகழ்ந்தனர்..

பொன்னன், தம்பிக்குக் கிடைத்த பெருமையை நினைத்துப் பூரித்துப் போனான். அந்த நினைவுடன், அவன் விடியற்காலை வயல் வெளியில் பார்த்த அந்தக் குழந்தை, அதன் பிறகு கிடைத்த சுருக்குப்பை ஆகியவற்றின் நினைவும் இணைந்துகொண்டது.

வயலில் கண்டெடுத்த குழந்தையை வீட்டில் சேர்க்கும் விழா மிக விமரிசையாகப் பண்ணையார் வீட்டில் நடந்து கொண்டிருந்தது.

பத்துப் பதினைந்து புரோகிதர்கள் ஓமகுண்டத்தைச் சுற்றிலும் உட்கார்ந்துகொண்டு மந்திரங்களை உச்சரித்துக் கொண்டிருந்தனர். குழந்தையும் அதுவரையில் உள்ளே எடுத்துச் செல்லப்படாமல் வெளித்தாழ்வாரத்திலேயே ஒரு தொட்டிலில் படுக்க வைக்கப்பட்டிருந்தது.

பண்ணையார் பரமேஸ்வரனும், அவர் மனைவி பார்வதியும் குளித்து முழுகிப் புத்தாடை உடுத்தி, ஓமகுண்டத்துக்கு அருகே உட்கார்ந்திருந்தனர் பக்தி சிரத்தையுடன்!

திடீரெனப் பார்ப்பவர்களுக்கு, இருவருக்கும் அறுபதாங் கலியாணம் - "சஷ்டியப்த பூர்த்தி" நடப்பதாகவே தோன்றும்.

பண்ணையார் அறுபதை எட்டிப் பிடிக்க இன்னும் ஒரிரு ஆண்டுகளே பாக்கி! பார்வதியம்மாளுக்கு நாற்பது அல்லது நாற்பத்தி ஐந்து வயது இருக்கும்.

மணிவிழாவைவிட மிகுந்த ஆடம்பரத்துடன் குழந்தைக்குத் தீட்டுக் கழிக்கும் நிகழ்ச்சி நடைபெற்றது. நந்தகுமாரை வீட்டில் விட்டுவிட்டு மகேஸ்வரன் காரை ஒட்டிக்கொண்டு வந்து பண்ணை யார் வீட்டு வாசலில் இறங்கினான்.

அவனுக்கே ஒரே திகைப்பு.

தனக்குத் தெரியாமல் தன் வீட்டில் ஒரு வைபவம் நடப்பது அவனை வியப்பில் ஆழ்த்தாமல் இருக்குமா? விழிகளை அகல விரித்தவாறு வீட்டுப் படிக்கட்டுக்களில் அவன் ஏறினான்.

அதற்குள் பண்ணையாரின் கம்பீரமான குரல் எழுந்தது.

"ஏ! மகேஷ்! அங்கேயே நில்!"

மகேஸ்வரனுக்கு மேலும் ஒரு அதிர்ச்சி!

“அந்த மாரி மகனை உன் கையால் தொட்டு காரில் ஏற்றிக் கொண்டு போய், அவன் சேரி வரையில் சென்று - அவன் வீட்டுத் திண்ணையிலும் உட்கார்ந்துவிட்டு வருகிறாயாமே?"

பண்ணையார் ஆத்திரம் கொப்பளிக்கக் கேட்டார்.

"ஆமாம்ப்பா! அதில் என்ன குற்றம்?"

"ஆச்சாரத்தைக் கெடுக்கிறது குத்தமில்லையா? தயவுசெய்து போயி, தலையை முழுகித் தொலைச்சிட்டு உள்ளே வா!

"எனக்கு அந்த மூடநம்பிக்கையெல்லாம் பிடிக்காது!"

"ஓகோ, பெரிய சீர்திருத்தக்காரனா மாறிட்டியோ? இதோ பாருடா! தெய்வம் கொடுத்த குழந்தை! தெய்வக் குழந்தை! முகத்திலே உயர்ந்த ஜாதி ஒளிதாண்டா தெரியுது! ஆனாலும் தீட்டுக் கழிச்சுதான் இதை வீட்டுக்குள்ளே எடுத்துட்டுப் போயி வளக்கிறதா இருக்கிறோம். நீ. மாரிப் பையனைத் தொட்டது - சேரிப் பக்கம் போனது - பெரிய அபச்சாரம்! அதுவும் இவ்வளவு புரோகிதர்கள் இருக்கிற இடத்திலே நீ தலை முழுகாம வரவே கூடாது!"

"இந்த அம்பல் திருமாளத்திலேதானே அப்பா; சுந்தர மூர்த்தி நாயனார் பெரிய யாகம் செய்தார்! அந்த யாகத்திலே இவர்களைவிட வேதங்களைக் கற்ற பிராமணர்கள் புரோகிதர்களாக இருந்து மந்திரம் ஜபித்தனர். அப்போது திருவாரூரில் இருந்து தியாகராஜப் பெருமான், தானும் தன் தேவியுமாக "புலையர்கள்" வேடத்தில் கள்ளுக்குடம் தூக்கிக்கொண்டு, செத்துப்போன கன்றுக் குட்டியையும் தோளில் போட்டுக் கொண்டு அந்த யாகத்துக்கு வந்தார் என்று ஸ்தல புராணம் கூறுகிறது! ஆண்டவனே தாழ்த்தப்பட்ட ஜாதிக்காரராக வந்து தரிசனம் கொடுத்த ஊரல்லவா இது?"
"ஆண்டவனே அப்படி வந்தாரே என்று வேள்வி செய்த வேதியர்கள் பொறுத்துக்கொள்ளவில்லையடா! எல்லாப் புரோகிதர்களும் அந்த யாகசாலையை விட்டுவிட்டு விலகி ஓடிவிட்டார்கள் தெரியுமா? ஏன் வீண் பேச்சு! இந்தா தலையைக் காட்டு!"

என்றவாறு பண்ணையார் பரமேஸ்வரன், அருகேயிருந்த ஒரு வாளித் தண்ணீரை எடுத்து மகேஸ்வரன் தலையில் கொட்டி விட்டார்.

கோட்டும் சூட்டும் அணிந்திருந்த மகேஸ்வரனுக்கு நடந்த அந்த அபிஷேகத்தைக் கண்டு அங்கு குழுமியிருந்தோர் துணுக்குற்றது மட்டுமல்ல; பண்ணையாருக்கு ஆச்சார அனுஷ்டானங்களின் மீதுள்ள பற்றின் ஆழத்தையும் உணர்ந்து மனத்துக்குள்ளாகப் பாராட்டிக் கொண்டனர்.

மகேஸ்வரன், மிகுந்த அமைதியுடன் உள்ளே சென்றான். சிறிது நேரத்தில் புதிய உடைகளை அணிந்துகொண்டு வெளியே வந்தான்.

அவனுடைய பார்வை அந்தக் குழந்தையின் மீது மீது சென்றது. அருகிற் சென்று அந்தக் குழந்தையைக் கூர்ந்து கவனித்தான்.

அப்போது பூரணி ஜோடி மாடுகள் பூட்டிய வில்வண்டியொன்று பண்ணையார் வீட்டுக்கு முன் வந்து நின்றது.

அந்த வண்டியிலிருந்து ஒரு அழகான பெண் இறங்கினாள்.

"வந்துட்டியா காமாட்சி!' என்று வாஞ்சை ததும்பிட அழைத்தவாறு வண்டியை நோக்கி ஓடினாள் பார்வதியம்மாள்.

"என்னம்மா வீடே ஒரே விழாக்கோலமா இருக்கு!' என்று கேட்டுக்கொண்டே காமாட்சி, தாழ்வாரத்திற்கு வந்தாள்.

"அடேடே அண்ணனா, எப்ப வந்தீங்க?" அண்ணன் மகேசும், தங்கை தங்கை காமாட்சியும் ஒருவரை ஒருவர் நலம் விசாரித்துக் கொண்டனர்.

அண்ணனுக்கும் தங்கைக்கும் அந்தக் குழந்தை கிடைத்த கதையை பார்வதியம்மாள் விளக்கிக் கூறினாள்.

இதற்கிடையே மந்திரங்களின் ஒலி உச்சகட்டத்தை அடைந்தது. மாவிலையிலும், தர்ப்பையிலும் தோய்க்கப்பட்ட தண்ணீரை அந்தக் குழந்தையின் மீது புரோகிதர்கள் தெளித்தார்கள்.

பிறகு பார்வதியின் கையில் அந்தக் குழந்தையைத் தூக்கி பண்ணைக்காரர் கொடுத்தார்.

"இந்தாடியம்மா! நீதான் குழந்தைகள்னவே உயிரை விடுவே! இனிமே அடுத்த வீட்டுக் குழந்தைகளைத் தேடி அலையமாட்டே! உனக்குக் கல்யாணமாகிற வரையிலே - இதோட விளையாடு!" என்று சிரித்துக்கொண்டே கூறி குழந்தையைக் காமாட்சியின் கையில் கொடுத்தாள் பார்வதியம்மாள்.

குழந்தையை வாங்கும்போது காமாட்சியின் கைகள் நடுங்கின.

அத்தியாயம் : 6

செந்தாமரை மலர் மீது பொன்வண்டு அமர்ந்தது போல காமாட்சியின் கரங்களில் அந்தக் குழந்தை இருந்த காட்சியை மகேஸ்வரன் ரசித்தவாறு கண்ணைச் சிமிட்டிக்கொண்டு வேடிக் கையாகச் சொன்னான்.

"பரவாயில்லை. தங்கச்சிக்குக் கல்யாணமாகாமலே ஒரு குழந்தை கிடைத்து விட்டது."

மகேஸ்வரனின் சொற்கள் காமாட்சியின் முகத்தில் எண்ணற்ற மின்னல் கீற்றுக்களை உருவாக்கின.

"அசடு மாதிரி பேசாதேடா! ஒரு அண்ணன் தங்கச்சியைக் கேலி பண்ற அழகா இது? பட்டணத்துக்குப் போயி உத்யோகம் பாக்கிறதிலே இந்த நாரீகத்தைத்தான் கத்துக்கிட்டப் போலிருக்கு!" பார்வதியம்மாள் தன் மகனைச் செல்லமாகக் கண்டித்தவாறு காமாட்சியின் கையில் இருந்த குழந்தையை ஆசையுடன் தடவிக் கொடுத்தாள்.

"அப்பறம் என்னம்மா? காமாட்சிக்குக் கல்யாணம் ஆகலேங்கிறதும் உண்மை. இப்ப அவகையிலே ஒரு குழந்தை இருக்கிறதும் உண்மை" என்று மீண்டும் தன் கேலிப்பேச்சைத் தொடர்ந்த மகேஸ்வரனிடம் பார்வதி கொஞ்சம் கடுகடுப்போடு "ஆமாண்டா ஆமாம்! அதுக்கு யார் காரணம்? உங்கப்பாதான் வரதட்சணையிலே கஞ்சத்தனம் காட்டுராரே! இல்லேன்னா எத்தனையோ எடத்திலேருந்து பெரிய பெரிய சம்பந்தமெல்லாம் வந்தது. உங்கப்பா மட்டும் அவுங்க கேட்ட வரதட்சணையைக் கொடுக்க சம்மதிச்சிருந்தா இந்நேரம் நான் பேரன் பேத்தி எடுத்திருப்பேன்" என்று பார்வதியம்மாள் தன் உள்ளக் குமுறலைக் கொட்டித் தீர்த்தாள்.

"வரதட்சணை விவகாரத்திலே அப்பா இரட்டைக்கொள் கையல்லவா கடைப்பிடிக்கிராரு! பெண்ணுக்கு வரதட்சணை அதிகம் கொடுக்கமாட்டேன். பையனுக்கு வரதட்சணை நான் கேட்கிறது கொடுத்தாதான் உங்க பெண்ணை அவனுக்குக் கட்டுவேன்! இந்தக் கொள்கை எப்ப நிறைவேறப் போவுதோ! நம்ப வீட்டிலே மங்கல வாத்தியம் எப்ப முழங்கப் போவுதோ?" என்று மகேஸ்வரன் கூறிக்கொண்டே அப்பாவின் முகத்தில் என்ன பிரதிபலிப்பு காணப்படுகிறது என்பதை ஆவலுடன் நோக்கினான்.

பண்ணையார் ஒரு புன்சிரிப்பைத் தவழவிட்டார்.

'பகவான், காமாட்சிக்கு யார் மாப்பிள்ளை, பார்வதிக்கு யார் மருமகள்ன்னு தலையிலே எழுதித்தான் அனுப்பிச்சிருப்பார்! அது நடத்த வேண்டிய காலத்திலேதான் நடக்கும். அதுக்குப் - யார் கண்ணிலும் காட்டாமல் ஆண்டவன் நம்ப கண்ணிலே காட்டியிருக்காரே, ஏன்? இதுதான் தேவனின் திருவிளையாடல்"- பரமேஸ்வரன் ஆழ்ந்த பக்தியுடன் இந்த வாசகத்தைத் தன் மகனுக்கு விடையாக வழங்கிவிட்டுக் காமாட்சியின் கையிலிருந்த குழந்தையை மிகப் பிரியமுடன் தன் கையில் வாங்கினார்.

"டே! டே! டே! பன்னீர் தெளிச்சுட்டான்; பன்னீர்!' என்று முகத்தில், அசடும் ஆனந்தமும் சேர்ந்து வழியத் திண்டாடித் திணறினார்.

"சரி! கொஞ்சம் வேலையிருக்கு; வெளியில போய்ட்டு வர்ரேன்" என்று கிளம்பினான் மகேஸ்வரன்.

"வந்ததும் வராததுமா சாப்பிடாமகூடப் போறியே!" பார்வதியம்மாளின் தாயுள்ளம் குழைந்தது.

"இல்லேம்மா! சாப்பிட வந்துடுவேன். திருவாரூர் வரையிலே போயிட்டு ஒரு மணி நேரத்திலே திரும்பிடுவேன்" தாய்க்குச்

சமாதானம் கூறிவிட்டு மகேஸ்வரன், வாசலில் நிறுத்தப்பட்டிருந்த காரை ஓட்டிக்கொண்டு புறப்பட்டான்.

கார், மீண்டும் மாரி வசிக்கின்ற தெருவின் முனையில் போய் நின்றது. மகேஸ்வரன், காருக்குள்ளிருந்து ஒரு பெட்டியையும், கூடையையும் எடுத்துக்கொண்டு மாரி வீட்டை நோக்கி வந்தான். தெருவில் யாரும் இல்லை. ஒன்றிரண்டு குழந்தைகள் மட்டும் மண்ணில் புரண்டு விளையாடிக் கொண்டிருந்தன. வெளிகளுக்குச் சென்றுவிட்டனர் போலும்! மற்றவர்கள் வயல் மகேஸ்வரன் எந்தத் தயக்கமுமின்றி மாரியின் வீட்டுக்குள்ளே நுழைந்தான். திண்ணை வாசற்படிக்குள்ளே வந்ததுமே உள்ளே நந்தகுமார், கயிற்றுக் கட்டிலில் படுத்திருந்தது தெரிந்தது.

"நந்தகுமார்! அவசரத்திலே உன் பெட்டியையும் கூடையையும் காரிலிருந்து எடுத்துக் கொடுக்க மறந்துட்டேன். அதுக்குத் தான் இப்ப வந்தேன். வீட்டிலே யாருமில்லியா?" என்று கேட்டுக்கொண்டே உள்ளே நுழைந்த மகேசின் முன் நெற்றியில் மாரி வீட்டுத் தாழ்ந்த நிலை வாசல்படியின் முகப்பு 'படார்' என்று தாக்கியது. "அப்பாடா" என்று நெற்றியைப் பிடித்துக் கொண்டே நந்தகுமாரின் கட்டிலின் ஓரமாக மகேஸ்வரன் உட்கார்ந்துவிட்டான்.

'என்னங்க! அடி பலமா பட்டுவிட்டதுங்களா?" திடுக்கிட்டவாறு நந்தகுமார் எழுந்து உட்கார்ந்து மகேசின் தலையைத் தேய்த்து விட்டான். ஒரு சிறு நெல்லிக்காய் அளவு மகேசின் முன் நெற்றியில் புடைப்பு ஏற்பட்டு ரத்தம் கட்டிக்கொண்டது.

"அக்கா! அக்கா!" நந்தகுமார் அழைத்தான் செங்கமலத்தை!

அவள் எங்கும் போய்விடவில்லை. அவள் அடுப்பில் கருவாடு சுட்டுக்கொண்டிருந்தாள். நந்தகுமார் அழைப்பதற்கு முன்பே அவள் அடுப்பங்கரை சாக்குப் படுதாவுக்கருகே வந்து

நின்று மகேஸ்வரன் இடித்துக்கொண்டதை எண்ணித் துடித்துக்கொண்டு தானிருந்தாள். தம்பி கூப்பிட்டதும் தைரியத்தை வரவழைத்துக் கொண்டு செங்கமலம்; சாக்குப் படுதாவை விலக்கியவாறு "என்ன தம்பீ!" என்றாள்.

மகேசின் விழிகள் வில்லிலிருந்து புறப்பட்ட அம்புகளாயின. செங்கமலத்தின் விழியம்புகளோடு அவை மோதின!

"சீக்கிரம் கொஞ்சம் மஞ்சளை அறைச்சு கொதிக்க வையக்கா! நம்ப வீட்டு வாசற்படி இவர் தலையிலே நல்லா மோதிட்டு!"

இது கேட்டு மகேஸ்வரன் சிரித்துக்கொண்டான்.

"இல்லை நந்தகுமார்! உங்க வீட்டு வாசற்படி என்னை மோதவில்லை. நான்தான் அதிலே போயி மோதிக்கிட்டேன்."

"ஏங்க! எங்க அண்ணனையோ அப்பாவையோ வரச்சொல்லி, அவுங்ககிட்ட பெட்டியையும், கூடையையும் கொடுத் தனுப்பக்கூடாதா? நீங்களே ஏன் தூக்கிட்டு வரணும்!" நந்த குமார், மிகுந்த வேதனையுடனும் மரியாதையுடனும் கேட்டான்.'

"திருவாரூருக்குப் போகவேண்டிய வேலை இருந்தது. அப்படியே வழியிலே கொடுத்துட்டுப் போய்டுவோமேன்னு நினைச்சேன்."

இருவரும் பேசிக்கொண்டிருந்த சில நிமிடங்களுக்குள் மஞ்சள் பத்து கொதித்துக் கொண்டிருக்கும் சிறு கிண்ணத்துடன் செங்கமலம் எதிர்வந்து நின்றாள்.

கறுப்பிலே ஒரு அழகு என்பார்களே; அந்த அழகு முழுமை குலையாமல் எதிரே வந்து நிற்பதாகத்தான் மகேஸ்வரனுக்குத் தோன்றியது. நெளிநெளியான கூந்தல். காதுகளைத் தொட முயலும் சேல்கெண்டைகளையொத்த கண்கள். பகட்டோ

பளபளப்போ இல்லாத ஜாக்கெட்தான் போட்டிருந்தாள் என்றாலும் 'பிரமிட்' கோபுரங்களின் வடிவு காட்டும் அந்தக் கவர்ச்சியை மகேஸ்வரன் இதுவரையில் சிலைகளிலோ, ஓவியங்களிலோ கூடக் கண்டதில்லை!

தன் தகப்பனும் அண்ணனும் வேலை பார்க்கும் பண்ணையின் சின்ன எஜமான் முன் நிற்கிறோம் என்ற அச்சம்! தங்குதடையின்றி உள்ளத்தில் தோன்றிவிட்ட ஏதோ ஒரு உணர்வினால் ஏற்பட்ட நாணம்! செங்கமலம் நின்றுகொண்டேயிருந்தாள். மகேஸ்வரன் எங்கேயோ பறந்துகொண்டேயிருந்தான்.

கடுகளவுகூடக் கள்ளங்கபடமற்ற உள்ளத்தோடு நந்தகுமார் அக்காளிடம் சொன்னான். "ஆறிடப் போகுதக்கா! மஞ்சப்பத்து சூடாப் போட்டாத்தான் அந்த ரத்தக்கட்டு கரையும்! உம்! அவர் நெத்தியிலே போட்டுடு!"

மீட்டிவிட்ட வீணைத் தந்திகள்போல் நரம்புகள் அதிர்ந்திட செங்கமலம் கிண்ணத்துடன் மகேஸ்வரனின் அருகே சென்றாள்.

"வேண்டாம்! வேண்டாம்! நானே போட்டுக்கிறேன்" என்று மகேஸ்வரன் சொன்னபோது அவன் நாக்கு உலர்ந்து போய் வார்த்தைகள் தடுமாறின.

செங்கமலம், "உங்களால தொடமுடியாது! கொதிக்கும்" என்று பேச்சை முடிக்காமலே அவளே மஞ்சளை எடுத்து நெற்றியில் போட்டாள்.

கொதித்தது மஞ்சள் என்றாலும், அவனுக்குக் "குளுகுளு" என்றிருந்தது. அவள் விரல்களும் நர்த்தனமாடின. அவன் நெஞ்சிலும் அலைகள் மோதின. விளைவு, மஞ்சள் பத்து வீக்கத்தில் மட்டுமன்றி அவன் முகமனைத்திலும் கோடுகளாக விழுந்தது.

தலையில் கட்டுடனும் உடலில் வலியுடனும் கயிற்றுக் கட்டிலில் படுத்திருந்த நந்தகுமார், அக்காள் செங்கமலத்தைக் கடிந்து கொண்டான். இதுகூடவா ஒழுங்காப் போடத் தெரியாது! அரிக்கஞ்சட்டியிலே கொஞ்சம் தண்ணியாவது கொடு! அவர் முகத்தைக் கழுவிக்கட்டும்.

செங்கமலம், பயமும், பணிவும், நெளிவும், குழைவும் கலந்திட அசைந்தோடி வந்து சட்டியில் தண்ணீரையும் வைத்து, கீறல் விழுந்திருந்த ஒரு சட்டம் போட்ட கண்ணாடியையும் எடுத்துவந்து மகேஸ்வரனிடம் கொடுத்தாள்.

மகேஸ்வரன், தன் முகத்தை அந்த உடைந்த கண்ணாடியில் பார்த்துச் சிரித்துக்கொண்டான். வீக்கத்தைத் தவிர மற்ற இடங்களில் பட்டிருந்த மஞ்சளையெல்லாம் கழுவிக்கொண்டு, தன் கைக்குட்டையால் துடைத்துக்கொண்டான்."

"சரி நந்தகுமார் - நேரமாகிறது. நான் வர்ரேன். நீ ரெண்டு மூணு ஒரு தடவை நாளைக்கு நல்லா ஓய்வெடுத்துக் கொள்ள மறுபடியும் காட்டி தலையில உள்ள கட்டைப் பிரிக்கணும். அதுக்கு நானே வந்து அழைச்சுகிட்டுப் போறேன்."

மகேஸ்வரன் எழுந்துவிட்டான். நந்தகுமார், "சரிங்க! ரொம்ப நன்றிங்க!" என்றான்.

மீண்டும் அந்தத் தாழ்ந்த வாசற்படி வழியாகத்தானே போக வேண்டும். அதனால் எச்சரிக்கையாக வாசற்படியைப் பார்த்தான். இப்போது அந்த வாசலில் ஒரு அழுக்குத் தலையணை வாழை நாறுக் கயிறால் வாசற்படியோடு சேர்த்துக் கட்டப்பட்டிருந்தது. அதைப் பார்த்த மகேஸ்வரனுக்கு வெட்கம் ஒருபுறம்! அந்த வெட்கத்திற்கு

வித்திட்டவள் யார் என்று புரிந்துவிட்டதால் ஏற்பட்ட பூரிப்பு ஒருபுறம்!

"பாத்தியா! உங்க அக்காளின் கிண்டலை!" மகேஸ்வரன் இதைச் சொல்லி வாய் மூடுவதற்குள், செங்கமலம் அடுப்பங்கரை சாக்குப்படுதாவுக்குள் முகத்தை மறைத்துக்கொண்டு "களுக்" என்று வந்த சிரிப்பைக் கைகள் கொண்டு பொத்தி அடக்கிக் கொண்டாள்.

அவளிடம் விடைபெற்றுக்கொண்டு போகவேண்டுமென்று நெஞ்சு படபடக்கத்தான் செய்தது. ஆனால் அவளோ முகிலுக்குள் மறைந்துகொண்ட நிலவாகி விட்டாளே அதனால் மகேஸ்வரன் மாரியின் வீட்டை விட்டுத் தன் காரை நோக்கிச் சென்றான். காருக்குச் செல்லும் வழியில் ஒரு வீட்டிலிருந்து இரண்டு கழுகுக் கண்கள் அவனையே உற்றுப் பார்த்தன. ஆனால் அந்தக் கூரிய கண்களுக்குச் சொந்தக்காரியான வீராயியை மகேஸ்வரன் பார்க்க வில்லை.

வீராயி, முப்பது வயதைத் தாண்டிய ஒரு வாத நோய்க் காரி. சரியான வம்புக்காரி. கலகம் செய்வதில் கைகாரி. உடல் நிலையின் காரணமாக வேலைவெட்டி எதற்கும் செல்ல முடியாமல், தன் வீட்டுத் திண்ணையிலேயே ஒரு சிறிய வெற்றிலை பாக்குக் கடை வைத்து வியாபாரம் செய்து வருகிறாள். அந்தத் தெருவில் உள்ளோர் தேவையான சாமான்களை வீராயியிடம் வாங்கிக்கொள்வது வழக்கம்.

நந்தகுமார், வண்டிக்காரர் ஒருவரால் தாக்கப்பட்ட செய்தி கேட்டதும் அந்த ஊரிலே போய்க் கலகம் செய்ய வேண்டு மென்று ஒரு திருக்கைவால் முரடன் கர்ச்சித்தானே, அந்த முரடன் முனியாண்டிதான் வீராயியின் கணவன்! அடிதடிரகளை என்றால் முனியாண்டிக்கு அதிரசம் சாப்பிடுவது போல!

ஊர்வம்பு பேசாமலிருந்தால் வீராயிக்குத் தூக்கமே வராது. வெயில் படாமல் கடைக்குத் தட்டியொன்றைத் தொங்கப்போட்டிருந்ததால், வீராயி தன்னையே பார்த்துக் கொண்டிருந்ததை மகேஸ்வரன் கவனிக்கவில்லை. மகேஸ்வரன் காரை ஓட்டிக்கொண்டு புறப்பட்டான். வீராயியின் முகத்தில் ஆயிரங் கோணல்கள்! ஏற்கனவே வாத நோயால் பாதிக்கப்பட்ட முகம்! கேட்க வேண்டுமா லட்சணத்தை!

கார், பூந்தோட்டத்தை நோக்கிப் பறந்துகொண்டிருந்தது. பூந்தோட்டம் வழியாகத் திருவாரூர் செல்வதுதான் மகேஸ்வரனின் திட்டம். வீரவாடி என்னும் கிராமத்தை அவனது கார் நெருங்கியது.

செங்கமலத்தைச் சுற்றியே சுழன்றுகொண்டிருந்த அவனுடைய சிந்தனை சற்றுக் கலைந்து, வீரவாடி கிராமத்தைப் பற்றி ஊரார் சொன்ன கர்ண பரம்பரைக் கதைகள் அவன் நினைவுக்கு வந்தன.

மன்னர்கள் காலத்தில் "நோக்கர்" என்னும் குலத்தினருக்கு இனாமாக வழங்கப்பட்ட கிராமத்திற்குப் பெயர்தான் வீரவாடி! அந்தச் சிற்றூருக்கு அந்தப் பெயரைச் சூட்டியவரே பழைய காலத்து மன்னர் ஒருவர்தானாம்!

நோக்கர் குலத்தைச் சேர்ந்தவர்கள், முதுகில் முறங்களைக் கட்டிக்கொண்டு பறக்கும் கலையைக் கற்று அதனை மிகத் திறமையாக வெளிக்காட்டி வந்தார்களாம். அவர்கள் ஒருநாள் மன்னரை அணுகித் தங்கள் திறனைக் காட்ட வாய்ப்பு வழங்குமாறு கோரினார்களாம். அதை நம்ப முடியாத மன்னர் அவர்களைப் பார்த்து, "நீங்கள் முறத்தைக் கட்டிக்கொண்டு பறந்து சென்று எந்த ஊரில் இறங்குகிறீர்களோ; அந்த ஊரையே உங்கள் இனத்தவர்க்கு இனாமாக அளிக்கத் தயார்" என்றாராம்.

அந்த அறைகூவலை ஏற்றுக்கொண்டு நோக்கர் குலத்தினர் முறங்களைக் கட்டிக்கொண்டு பறந்து வந்து ஒரு ஊரில் இறங்கினார்களாம். மகிழ்ச்சியடைந்த மன்னர் அந்த ஊரையே அவர்கட்கு மானியமாக வழங்கி, அந்த ஊருக்கும் "வீரவாடி" என்ற பெயரைச் சூட்டினாராம்.

இந்தக் கதை உண்மையாக இருக்குமா? அல்லது யாரோ கட்டிவிட்ட கற்பனையா? என்று மனத்துக்குள் கேள்விகளை எழுப்பியவாறே காரைச் செலுத்தி வந்த மகேஸ்வரனின் கண் எதிரே ஒரு கலகக் கூட்டம்! ஒரு கூட்டத்தார் கையில் நீண்ட கம்புகளும் முறங்களும் இருக்கின்றன.

ஆம்; சந்தேகமில்லை - அவர்கள் வீரவாடியைச் சேர்ந்தவர்கள் தான். எதிரிகளைத் தாக்க கம்பும், எதிரியின் தாக்குதலைச் சமாளிக்கக் கேடயம் போல முறமும் கைகளில்!

இன்னொரு கூட்டத்தின் கைகளில் அரிவாள், மண்வெட்டி, கமபுகள்! அந்தக் கூட்டத்தார் அம்பல் காலனியைச் சேர்ந்தவர்கள் என்பது மகேஸ்வரனுக்கு உடனே விளங்கிவிட்டது. அந்தக் கூட்டத்துக்குப் பொன்னன்தான் தலைமை தாங்கி நடத்திக்கொண்டிருந்தான். அவனருகே திருக்கைவால் முரடன் முனியாண்டியும் திருக்கைவாலைச் சுழற்றி எதிரிகளை அடித்துக் கொண்டிருந்தான். ஒரே கூக்குரல்! அடி! குத்து! கொல்லு! இப்படி வீராவேச ஒலிகள்!

இந்தப் பகுதியிலேதான் நந்தகுமார் தாக்கப்பட்டான் என்பதும், அதற்குப் பதிலுக்குப் பதில் தாக்குவதற்காகவே அம்பல் காலனியில் உள்ள தாழ்த்தப்பட்ட மக்கள் திரண்டு வந்திருக்கிறார்கள் என்பதும் மகேஸ்வரனுக்கு விரைவில் விளங்கிவிட்டன.

மகேஸ்வரன் காரை நிறுத்தி இறங்கினான். இரு சாராரும் மோதிக்கொள்ளும் இடத்தை நோக்கி ஓடினான்.

"நிறுத்துங்கள்! நிறுத்துங்கள்!" என்று கத்தினான். பயனில்லை. கலவரம் கடுமை யாயிற்று. மகேஸ்வரன் மன உறுதி குலையவில்லை. திடீரென இரு சாராருக்கும் இடையில் போய் நின்றுகொண்டு கைகளை உயரத் தூக்கியவாறு உரத்த குரலில் அழுத்தம் திருத்தமாக அறிவித்தான்.

"முதலில் என்னை அடித்துக் கொன்றுவிட்டு பிறகு இருசாராரும் அடித்துக் கொள்ளுங்கள்!"

உயர்ந்த கம்புகள் தாழ்ந்தன! ஓங்கிய அரிவாள்கள் தரையில் வீழ்ந்தன! ஒரே அமைதி!

அத்தியாயம் : 7

தன்னுடைய உருக்கமான வேண்டுகோளுக்குக் கட்டுப்பட்டு இரு சாராரும், தாங்கள் ஏந்தியிருந்த வன்முறைக் கருவிகளைக் கீழே போட்டுவிட்டு அசைவற்று நின்றதைக் கண்ட மகேஸ்வரன், கண்களில் நீர் துளிர்க்க உதடுகளில் புன்னகை மின்னிட பொன்னன் தோளில் ஒரு கையைப் போட்டுக்கொண்டு, இன்னொரு கையை எதிர் வரிசைக்குத் தலைமை தாங்கிக்கொண்டிருந்த கொத்து மீசைக்கார வாலிபனின் தோளில் போட்டுக்கொண்டான்.

"உன் பெயர் என்னப்பா?" என்று மகேஸ்வரன் கேட்பதற்குள் "நாகேந்திரன்" என்ற பதிலைச் சொல்லிவிட்டு தன் தோள் மீதிருந்த மகேசின் கையை மெதுவாகத் தள்ளிவிட்டுச் சிறிது அகன்று நின்றான்.

"ஒருபுறம் தாழ்த்தப்பட்ட மக்கள்! மறுபுறம் பிற்படுத்தப் பட்ட மக்கள்! உங்களுக்குள்ளேயே அடித்துக்கொண்டும் வெட்டிக் உங்களுக்குள கொண்டும் நீங்கள் பிறந்த இந்த மண்ணில் ரத்தத்தைத் தெளிக்கிறீர்களே; அதனால் பகையென்னும் பயிர்தான் விளையுமே தவிர - வேறென்ன நற்பயனைக் காணப் போகிறீர்கள்? இதோ நான், உங்களைவிட உயர்ந்த ஜாதிக்காரன்! ஒரு காலத்தில் உங்களை இப்படிப் பிரித்து வைப்பதில் சுவை கண்ட பெரிய ஜாதிக்கார வீட்டுப் பிள்ளை! மிகச் சிறுபான்மையோராகிய எங்களால் மிகப் பெரும் பான்மையான உங்களை எப்படிப் பிரித்து வைக்க முடிந்தது? உங்களுக்கு வீரம் உண்டு! வல்லமை உண்டு! அறிவு உண்டு! ஆற்றல் உண்டு! எதற்கும் அஞ்சாத துணிவு மிக்கவர்கள்தான் நீங்கள்!

"இதோ இந்தப் பக்கம் நிற்கிற தாழ்த்தப்பட்ட சகோதரர்களானாலும் -அதோ அந்தப் பக்கம் நிற்கிற பிற்படுத்தப்பட்ட சகோதரர்களானாலும் -எங்களைவிட

எதிலும் குறைந்தவர்கள் அல்ல! உண்மையாகச் சொன்னால் எங்களைவிட உயர்ந்தவர்களே தான் நீங்கள் எல்லாம்! ஆனாலும் ஒற்றுமை என்ற ஒரு குணம் இல்லாத காரணத்தால் உங்களை ஒருவரையொருவர் மோத விட்டுக்கொண்டே எங்களைப் போன்ற பெரிய ஜாதிக்காரர்கள் வளர்ந்து கொண்டிருக்கிறோம்.

"இந்தப் பொன்னனின் தம்பி நந்தகுமார், சென்னையில் படித்துக் கொண்டிருக்கிறான். ஊருக்கு வந்து தாய் தகப்பனாரைப் பார்த்துவிட்டுத் திரும்பலாம் என்று புறப்பட்டிருக்கிறான். ரயிலடியிலிருந்து ஒரு வண்டி பேசிக்கொண்டு கிளம்பியிருக்கிறான். வழியில் இந்த ஊரை வண்டி கடக்கும்போது, நந்தகுமார் மாரியின் மகன் என்பது வண்டிக்காரப் பெரியவருக்குத் தெரிந்திருக்கிறது! அந்தப் பெரியவர் யார்? அவரும் பிற்படுத்தப்பட்ட சமுதாயத்தைச் சேர்ந்தவர்தான்! இருந்தாலும் அவருக்கு ஆத்திரம் பீறிட்டுக் கிளம்பியிருக்கிறது!

"அது அவர் குற்றமல்ல! நூற்றாண்டுக் காலமாக ஊறிப் போயிருக்கிற ஜாதி உணர்ச்சி! அந்த உணர்ச்சி வெறியாக மாறியது! வண்டியைக் கவிழ்த்தது! நந்தகுமாரின் மண்டையைப் பிளந்தது! அந்த நேரம் நான் காரில் வந்திராவிட்டால் நந்தகுமார், பிணமாகக் கூட ஆகியிருக்கக்கூடும். செய்தி பரவிற்று! அம்பல் காலனி மக்கள் ஆயுத பாணிகளாகப் புறப்பட்டனர். வீரவாடிப் பகுதியைச் சேர்ந்தவர்களும் எதிர்த்துத் தாக்கினர். கலவரம் மூண்டது. இந்நேரம் நான் வராமல் போலீசார் இங்கு வந்திருந்தால் உங்கள் இரு சாராரையும் கைதுசெய்து லாரிகளில் ஏற்றிக்கொண்டு போயிருப்பார்கள்!

"தயவுசெய்து சிந்தித்துப் பாருங்கள். இந்தப் பகை உணர்ச்சி தேவைதானா? கல்வியென்னும் பலகணி திறக்கப்பட்டு, அறிவு மணம் பரவிடாத இந்தக் கிராமப்புறங்களில் மட்டுமல்ல; நவீன விஞ்ஞானக் கல்வி முறைகளும்

நாகரீகமும் நடைபழகுகின்ற நகர்ப்புறங்களிலே கூட இத்தகைய சாதிக் கலவரங்களைத் தவிர்க்க முடியவில்லை. அறிவு ஒளியை ஏற்றிவைக்கின்ற கல்லூரிகளில் மாணவர்களுக்கிடையேகூட சாதிக் கலவரங்கள் தலைவிரித்தாடுகிற அலங்கோலத்தை இன்னமும் காணமுடிகிறது. அந்தக் கலவரங் கலவரங்களில் ஈடுபட்டு இரத்தம் சிந்துவோர் யார்? நாட்டில் ஜாதிகளைப் பிரித்து வைத்து தங்கள் வாழ்வை வளப் படுத்திக்கொண்டதாகக் குற்றம் சாட்டப்படுகிற உயர்ஜாதிக்காரர்களா?

"இல்லை! இல்லவே இல்லை! யார் தாழ்த்தப்பட்டுக் கிடக்கிறார்களோ யார் ஒதுக்கப்பட்டு உழல்கிறார்களோ யார் பிற்படுத்தப்பட்டுப் பள்ளத்தில் உருண்டு வீழ்ந்திருக்கிறார்களோ - அவர்கள்தான் ஒருவருக்கொருவர் ஆயுதம் தாங்கிக் கலவரம் நடத்திக் கொண்டிருக்கிறார்கள். நாலு வேங்கைகள் சேர்ந்து நாற்பதாயிரம் மான்கள் கொண்ட கூட்டத்தை ஒற்றுமையில்லாக் கூட்டமாக ஆக்கிவிட்டன. இப்போது மான்கள் ஒன்றோடொன்று மோதிக்கொள்கின்றன. வேங்கைகள் வேடிக்கை பார்க்கின்றன. மானும் புலியும் ஒரே துறையில் தண்ணீர் குடித்தன என்று அந்தக் காலத்தில் ஆட்சிச் சிறப்புக்கு எடுத்துக்காட்டினை எழுதிக்காட்டு வார்கள்! இப்போது மானும் புலியும் கூட வேண்டாம்; மானும் மானுமாவது ஒரே துறையில் தண்ணீர் குடிக்க வேண்டாமா?"

மகேஸ்வரனின் உணர்ச்சி மிக்க உரை கேட்டு அந்தக் கலகக் கூட்டம் மெய்மறந்து நின்றது. நாகேந்திரன் மட்டும் தனது கொத்து மீசையைத் தடவிக் கொண்டு மகேஸ்வரனை ஏற இறங்கப் பார்த்துவிட்டுக் கேட்டான்.

"நீங்க சொல்றதெல்லாம் கேக்கிறதுக்கு இனிப்பதாதான் இருக்கு! ஆனா இது ஏட்டுச் சக்கரையா இருந்து பிரயோஜன மில்லியே!!!

தனது கருத்துக்கள், நாகேந்திரனின் இதயத்தைத் தொட்டிருக்கின்றன என்ற மகிழ்ச்சியோடு மகேஸ்வரன், அவனை நெருங்கி முதுகில் தட்டிக்கொடுத்தான்.

"ஏட்டுச் சர்க்கரையாக இருக்கக்கூடாது! நாட்டு நடப்பாக அமைய வேண்டும்! அதற்குத்தான் நான் பாடுபட்டு வருகிறேன். என்னை, அந்தக் கொள்கைக்காகவே ஒப்படைத்துவிட்டு வாழ்ந்து வருகிறேன். என்னைப் போல ஒவ்வொருவரும் தங்களைத் திருத்திக்கொண்டு சாதிபேதப் பூசல்களற்ற ஒரு சமுதாயத்தை ஏற்படுத்த உழைப்பார்களேயானால் இந்த நாடு வகுப்புக் கலவரங்களுக்கு அப்பாற்பட்ட அமைதிப் பூங்காவாகத் திகழும் என்பது என் திடமான நம்பிக்கை!"

நாகேந்திரன் விடவில்லை. வினாக் கணைகளைத் தொடர்ந்து தொடுத்தான்.

"உங்களைப் போல உயர்ஜாதிக்கார வாலிபர்கள் பல பேர் ஊருக்கு உபதேசம் பண்ணிட்டுப் போற கதை எனக்கும் தெரியும். நீங்க உண்மையிலேயே ஜாதி பேதங்களை ஒழிக்கணும்னு நினைச்சா; ஹரிஜன வீட்டிலே ஒரு பெண்ணைக் கலியாணம் பண்ணிக்கத் தயாரா?"

மகேஸ்வரன் திடுக்கிடவில்லை. இந்தக் கேள்வி அவனைத் திகைக்க வைத்துவிடவுமில்லை. கலகலவென்று சிரித்துக்கொண்டான்.

"நல்ல வேளை! இன்னும் எனக்குத் திருமணமாகவில்லை! நாகேந்திரா! மிகவும் நன்றி! உன் யோசனைப்படியே முயற்சி மேற்கொள்கிறேன். திருமணம் செய்துகொண்டால் ஹரிஜன வீட்டுப் பெண்! இல்லையேல் எனக்குத் திருமணமே கிடையாது சாகிற வரையில்!

"இப்படிச் சொல்லித் தப்பிக்க முடியாது. உங்க உள்ளத்திலே ஜாதி உணர்ச்சி இல்லேன்னா, எப்படியாவது ஒரு ஹரிஜனப் பெண்ணைக் கல்யாணம் கட்டியே ஆகணும்! அதுக்கு ஒத்துக்காம நான் சாகிற வரையிலும் திருமணம் பண்ணிக்க மாட்டேன்னா என்ன அர்த்தம்? வாழ்க்கை பூரா பிரம்மச்சாரின்னா ரொம்ப நல்லதாப் போச்சு! கட்டினவனுக்கு ஒண்ணு! கட்டாதவனுக்குக் கணக்கு வழக்கேயில்லை!"

"நாகேந்திரா! என்னை நீ நம்பலாம். எனக்கு வாழ்க்கைத் துணைவியாக வாய்க்கப் போகிறவள் ஒரு ஹரிஜன மங்கைதான்! திருமண அழைப்பு அனுப்புகிறேன். முன்னதாகவே வந்திருந்து தம்பதிகளை வாழ்த்திவிட்டுப் போ!"

மகேஸ்வரனின் பேச்சு, எல்லோருடைய நெஞ்சிலும் பெரும் வியப்பை உருவாக்கி விட்டது. அந்தச் சமயத்தில் வண்டிக்காரப் பெரியவர் குறுக்கிட்டார்.

அவர்தான் நந்தகுமாரைத் தாக்கியவர். அவர் மகேஸ்வரனைப் பார்த்து: "தம்பீ! தாராளமா வாக்குறுதி கொடுத்துட்டீங்க! ஆனா உங்கப்பா இருக்காரே; அவரு மாதிரி ஒரு பக்திமான் - அந்தக் காலத்து ஐதீகங்களை அப்படியே கடைப்பிடிக்கிறவரு இந்த உலகத்திலேயே ஒருத்தரு கிடையாது! அவரு சம்மதிப்பாரா?" என்று கேட்டார்.

"திருமணம் - என் வாழ்வுப் பிரச்சினை! என் சொந்த விஷயம்! அதிலும் ஒரு கொள்கைக்காக நான் எடுக்கும் முடிவை, யாரும் குறுக்கிட்டுத் தடுக்க முடியாது!" என்று உறுதியாக மகேஸ்வரன் கூறியபொழுது, சற்று நேரத்திற்கு முன்பு மாரி வீட்டில் தன் நெற்றிக்கு மஞ்சள் பத்துப் போட்ட செங்கமலம் அவன் அகக்கண்ணின் முன்னே நின்று நாணிக்கோணி நெளிந்து கொண்டிருந்தாள்.

ஒரு வழியாக அம்பல் காலனிக்காரர்களை ஊர் திரும்பச் சொல்லிவிட்டு வீரவாடிப் பகுதியினரிடமும் விடைபெற்றுக் கொண்டு காரில் ஏறிக்கிளம்பினான்.

ஒரு பெருங்கலவரத்தை மிகத் திறமையாக அமைதிப்படுத்திய மகேஸ்வரனின் அறிவாற்றலை அனைவரும் புகழ்ந்து பேசிக் கொண்டே கலைந்தனர். முரட்டு மீசை முனியாண்டி மட்டும், தன் திருக்கைவாலைச் சுழற்றிக்கொண்டு பொன்னனிடம் கடிந்து கொண்டான்.

"இந்நேரம் இந்த ஊரையே அதம் பண்ணியிருக்கலாம்ப்பா! இந்த ஆள் வந்து கெடுத்தான்."

முனியாண்டிக்குப் பொன்னன் சமாதானம் சொன்னான்.

"அவர் சொல்றதும் சரிதானே முனியாண்டி! கலகம் நடக்கும்போது அவர் வராமல் போலீஸ் வந்திருந்தா, நம்ம எல்லோரும் கம்பி எண்ண வேண்டியிருக்குமா; இல்லியா?"

"அட போப்பா! தலைக்கு மேல போயாச்சு! இனிமே சாண் போனா என்ன, முழம் போனா என்ன? நம்ப அம்பல் காலனியிலே உள்ள ஒரு பிள்ளையை இவனுங்க அடிக்கிறது; அதை நம்ப வேடிக்கை பாத்துகிட்டு கிடக்கிறதா?"

"முனியாண்டி! இத்தனை நாழி மகேஸ்வரன் சொன்னாரே அதெல்லாம் இந்தக் காதால வாங்கி, அந்தக் காதால விட்டுட்டியா? அவுங்க பிறப்பட்டவுங்க! நம்ப தாழ்த்தப்பட்டவுங்க! இரண்டு பேரும் அடிச்சுகிட்டா யாருக்கு லாபம்?"

"சரி! சரி! இன்னைக்கு நம்ப திருக்கை வாலுக்கு வேலையில்லாமப் போச்சு!" முனியாண்டி சலிப்புடன் முணுமுணுத் துக்கொண்டான்.

அம்பல் பட்டாளம் ஊருக்குள் திரும்ப நுழைந்தது.

பொன்னன், தங்கள் படை போய் வந்த கதையைத் தாய் தந்தையிடமும் தம்பி நந்தகுமாரிடமும் விளக்கமாகச் சொன்னான். செங்கலமும் அடுக்களையில் வேலை பார்த்தவாறே பொன்னன் விவரித்த நிகழ்ச்சிகளுக்குக் காது கொடுத்துக் கொண்டிருந்தாள்.

அண்ணன் செய்தது சரியென்று நந்தகுமார் ஒப்புக் கொள்ளவில்லை. ஆயினும் மகேஸ்வரன் கலகத்தை அடக்குவதற்கு எடுத்துச் சொன்ன கருத்துக்களை நந்தகுமார் மிகவும் ரசித்தான்.

மகேஸ்வரன் ஒரு ஹரிஜனப் பெண்ணைத்தான் திருமணம் செய்துகொள்வாராம் என்று பொன்னன் கூறிய விஷயம் மாரிக்கும் அஞ்சலைக்கும் அதிர்ச்சியைத் தந்தது! நந்தகுமாருக்கு ஆச்சரியம் ஏற்பட்டது! செங்கமலத்திற்கோ எத்தனையோ கனவுகள்! கன்னங்கள் அந்தக் கறுப்பு நிறத்தையும் மீறிச் சிவந்தன!

"என்னா மச்சான்! போன காரியம் என்னா ஆச்சு? அடிச்சு நொறுக்குனியா?" என்று வீராயி, முனியாண்டியை ஆவலுடன் கேட்டாள்.

கடையிலிருந்த முறுக்கு ஒன்றை நொறுக்கி வாயில் போட்டுக்கொண்டே முனியாண்டி கலகம் இடையிலேயே முடிந்து விட்ட கதையை வீராயிடம் சொன்னான்.

"மச்சான்! நீ வருவேன்னு ஒரு முக்கியமான சேதியை முந்தானையிலே முடிஞ்சு வச்சிருக்கேன்.

வீராயி, இளித்துக் கொண்டே அந்தச் செய்தியின் சுவையை வெளிப்படுத்தினாள்.

"என்னா சேதி! முழுவாம கொள்ளாம இருக்கியா?"

"ஆமாம் போ! அது வேற கேக்குது நீ சம்பாதிக்கிற லட்சணத்துக்கு!"

"அப்புறம் என்னா? சொல்லேன் என்னா சேதின்னு!"

"நம்ப அஞ்சலை மகள் செங்கமலத்தைப் பத்திதான்!"
ஒரு சேதி!"

"அது தங்கமான பொண்ணாச்சே!"

"ஆமாம், தங்கம்! பூமியில வெட்டி எடுத்துச்சு!"

"சரி! நீட்டி முழக்காதே! விஷயத்தைச் சொல்லு!"

"சொல்லத்தான் போறேன். சொல்லாமலா இருக்கப் போறேன்!"

"சொல்லு வீராயி சொல்லு!"

"பண்ணைக்காரு மகன் மகேசு இருக்குதே - அது மறுபடியும் ஒரு வாட்டி அஞ்சலை வீட்டுக்கு வந்து ரொம்ப நேரம் பேசிட்டுப் போச்சு கையில் ஒரு கூடை! ஒரு பெட்டி! இதெல்லாம் வேற கொண்டாந்து கொடுத்துட்டுப் போச்சு! அந்த நேரத்திலே அஞ்சலையும் இல்லை. மாரி அண்ணனும் இல்லை. அவன் பொன்னன்தான் உன்னோட வந்துட்டான். அந்தச் சின்னப்பய நந்தகுமார், செங்கமலம் ரெண்டு பேருந்தான் இருந்தாங்க!"

"ஓகோகோ! அப்படியா சங்கதி! சரி சரி வீராயி - இதை நீ ஊர்பூரா சொல்லிகிட்டு கிடக்காதே! போகப்போக என்னா நடக்குதுன்னு கவனிப்போம்!"

"என் கண்ணுக்குத் தப்பி என்னா நடந்துடும். நான் இனிமே பார்வையை அந்தப் பக்கம்தானே வச்சிருப்பேன்."

அத்தியாயம் : 8

பண்ணையார் பரமேஸ்வரன் சாய்வு நாற்காலியில் நிமிர்ந்து உட்கார்ந்தபடி, அவரது வீட்டு முகப்பின் கீழே கைகட்டித் துண்டை இடுப்பில் கட்டிக்கொண்டு மரியாதையுடன் நின்று கொண்டிருந்த மாரியின் மீது ஆத்திரத்தை அள்ளிக் கொட்டிக் கொண்டிருந்தார்.

"என் மகனுக்குத்தான் அறிவு இல்லேன்னா உனக்கு எங்க போச்சு புத்தி? நீயல்லவா அவனை உன் வீட்டுக்கு வராமல் தடுத்து நிறுத்தியிருக்க வேண்டும்? அந்தக் காலத்துப் பெரியவுங்க அவுங்களுக்குத் தெரியாமலா சாஸ்திரங்களையும் சம்பிரதாயங்களையும் எத்தனையோ வருஷ காலமா வாழையடி வாழையாகக் கடைப்பிடிச்சு வர்றாங்க? சொல்றேன்னு வருத்தப் படாதே மாரி! நான் ஒரு வைதீகன்! சனாதனி! என்னதான் காலம் இப்போ கெட்டுப் போனாலும் எந்தக் காரியம் தலை கீழா மாறினாலும் - என்னை யாரும் மாத்த முடியாது! என் பையன் மகேசு என்னமோ பெரிய சீர்திருத்தமெல்லாம் பேசுறான் - அவனைப் பார்த்து உங்க ஜாதியிலே ஒரு பெண்ணைக் கட்டிக்கடான்னா கட்டிக்குவானா?"

உடனே மாரி இடைமறித்தார்." "எஜமான்! அப்படியெல்லாம் சின்ன எஜமானைப் பாத்துக் கேட்டுடாதிங்க! அவரு; சரின்னு சொன்னாலும் சொல்லிடுவாரு! அந்த அளவுக்கு அவர் பேசுற பேச்சு இருக்கு. இல்லேன்னா அவரு, எங்க வீட்டுக்கு நந்தகுமாரைக் காரிலே அழைச்சிகிட்டு வந்தப்போ நான் எவ்வளவோ - மன்றாடிக் கெஞ்சிப் பாத்தேன். இதெல்லாம் கூடாதுங்க சின்ன எஜமான்னு அவரு கால்ல கூட விழுந்தேன். அவரு கேட்க மாட்டேன்னுட்டாரு! அப்படிப்பட்ட பிடிவாதக்காரரைப் பார்த்து நீங்க தவறிப்போயி நீ ஒரு ஹரிஜனப் பொண்ணைக் கல்யாணம் பண்ணிக்குவியான்னு

கேட்டா; சரின்னுதான் சொல்வாரே தவிர மாட்டேன்னு தட்டிக்கழிக்கவே மாட்டாரு எஜமான்!"

மகேஸ்வரனின் உள்ளத்தை அப்படியே படம் பிடித்துக் காட்டியது மாரியின் பதில்!

"மாரி! நீ ஒரு பைத்தியக்காரன்! ஊருக்கு உபதேசம் உதட்டளவிலே பண்ணுவானுங்க! எல்லாரும் ஓர் குலம் எல்லா இரத்தமும் ஒரே இரத்தம்னு பிறர் மெச்ச நடிப்பானுங்க! ஆனா அவனவனும் சொந்தச் சமாச்சாரத்திலே வர்ரப்ப சொன்னதையெல்லாம் மறந்துடுவானுங்க! அவனுங்க மறக்கிறது மாத் திரமில்லை; ஜனங்களும் மறந்துடுவாங்கன்னு அவனுங்களுக்குத் தெரியும்! ஜனங்களும் பாவம்; அப்படித்தான் இருக்காங்க! ஜாதி வித்தியாசம் ஒழியணும்னு மேடையிலே நின்னு கர்ஜனை பண்ற எத்தனை பேருங்க - அவுங்க மகனுக்கோ அல்லது மகளுக்கோ அரிஜனங்கள் குடும்பத்திலேயிருந்து பெண்ணையோ அல்லது பிள்ளையையோ எடுத்திருக்கானுங்க? எங்கே விரல் விடு பாக்கலாம்! ஏதோ ஒரு விரல் ரெண்டு விரல் விடலாம். அவ்வளவுதான். என்னைப் பொறுத்தவரையிலே மனசில இருக்கிறதை ஒளிவு மறைவு இல்லாம பேசக்கூடியவன். நான் ஆச்சார அனுஷ்டானங்களிலே எள் முனையளவும் தவறாதவன். நானும் சரி; குடும்பத்திலே இருக்கிறவங்களும் சரி; அப்படி எனக்கு விரோதமா நடக்கிறதுன்னு ஆரம்பிச்சா; ஒண்ணு அவுங்களை வீட்டை விட்டு விரட்டுவேன் - இல்லே நான் வீடுவாசலைத் துறந்து காசி ராமேஸ்வரம்னு சாமியாராப் போய்டுவேன்."

தன்னுடைய வைராக்கிய நெஞ்சத்தைப் பற்றியும் - வைதீகத்தின் மீதுள்ள பிடிப்பு பற்றியும் - மகேஸ்வரனுக்கு மாரி அவ்வளவு இடம் கொடுத்தது தப்பு என்பது பற்றியும் பண்ணையார் வியாக்யானம் செய்துகொண்டிருந்தபோது, அழுகிற குழந்தையைத் தோளில் போட்டுத் தன் பூப்போன்ற கரத்தால் தட்டிக் கொடுத்தவாறே திண்ணைப் பக்கம் வந்தாள்

காமாட்சி! பண்ணையாரின் கவனம் குழந்தையின் பக்கம் சென்றது.

"என்னம்மா! பையன் அழுவுறானா?... இங்க கொண்டா அவனை!" என ஆசையுடன் சென்று காமாட்சியிடமிருந்து குழந்தையை அவர் வாங்கிக் கொண்டார். குழந்தையின் கன்னத்தைத் தன் கன்னத்தோடு சேர்த்து அணைத்துக் கொண்டார். அந்தத் தெய்வீகக் குழந்தைக்குத் தீட்டுக் கழித்து வீட்டில் சேர்த்துக் கொண்டபோது அந்தச் சின்னப் பயல் அவர் உடம்பில் பன்னீர் தெளித்தான் அல்லவா? இப்போது சந்தனமே பூசிவிட்டான். பண்ணையார் முகத்தில் பரவசம்தான் ஏற்பட்டதே தவிர அசிங்கப்படும் உணர்வு மின்னிடக்கூட இல்லை. அவ்வளவு பற்றும் பாசமும் அந்தத் தெய்வீகக் குழந்தையின் மீது அவருக்கு ஏற்பட்டிருந்தது! மாரியிடம் அவர் காட்டிய கோபமெல்லாம் மறைந்தது.

"பாத்தியா மாரி! குழந்தையும் தெய்வமும் கொண்டாடும் இடத்திலே என்பார்கள்! இது; தெய்வமே குழந்தையா வந்து இந்த வீட்டிலே குதிச்சிருக்கு!" என்றார் குதூகலத்துடன்!

"சின்னம்மாவுக்குக் காலா காலத்தில் கல்யாணத்தைப் பண்ணியிருந்தா இந்நேரம் சொந்தப் பேரனையோ பேத்தியையோ தூக்கி எஜமான் கொஞ்சிக்கிட்டிருக்கலாங்களே!"

மாரி, குழைவான தொனியில் பேசியதும் அதற்கு பண்ணையார் வெடுக்கெனப் பதில் சொன்னார்!

"ஆமாம்! வர்ர மாப்பிள்ளை பசங்க எல்லாம் வரதட்சணை அவனுங்க இஷ்டத்துக்குக் கேக்கிறானுங்களே; பேராசை பிடிச்சவனுங்க! இல்லேன்னா காமாட்சிக்கு ரெண்டு மூணு வருஷத்துக்கு முன்னாடியே கல்யாணம் முடிஞ்சிருக்குமே!"

மாரி, விடவில்லை! பண்ணையாரை ஒரு மடக்கு மடக்கினார்.

"சின்னம்மா கல்யாணந்தான் அப்படி நின்னு கிடக்குது! சின்ன எஜமான் கல்யாணத்தையாவது நடத்தியிருக்கலாங்க!"

அதற்கும் பண்ணையாரிடம் பதில் தயாராக இருந்தது.

"அழகழகான பெண்ணெல்லாம் வந்துச்சு! ஆனா ஒருத்தராவது நான் கேக்கிற வரதட்சணையைக் கொடுக்க சம்மதிக்கலியே! சுத்த கஞ்சனுங்க! மகேஸ்வரன் படிச்ச படிப்புக்கு எவ்வளவு வரதட்சணை கொடுத்தாலும் பொருந்துமேன்னேன்!"

இப்போது மாரியினால் உள்ளுக்குள் சிரித்துக்கொள்ள முடிந்ததே தவிர பண்ணையாரின் முரண்பாடான பதிலின் முனையை முறிக்கிற துணிவைப் பெறமுடியவில்லை.

தெருவில் "டம்! டம்!" என்ற ஒலி கேட்டது. தொலைவில் இரண்டொரு சிறுவர்கள் உரக்க ஒலி கிளப்பி எதையோ அறிவித்துக்கொண்டு போனார்கள். பண்ணையாரும் மாரியும் அந்தப் பக்கம் கூர்மையாகக் காதைத் தீட்டிக்கொண்டு செய்தியறிவதில் ஆர்வம் காட்டினார்கள்.

"இன்று மாலை ஏழு மணி அளவுக்கு அம்பல் காலனியை அடுத்துள்ள அம்பேத்கார் திடலில் "நாட்டு நிலையில் நாம்" என்பது பற்றி நந்தகுமார் பேசுவார்!"

இந்த அறிவிப்பைத் திரும்பத் திரும்பச் செய்துகொண்டே "அனைவரும் வாரீர்! அம்பேத்கார் திடல் மறவாதீர்!" என்று வேண்டுகோள் விடுத்தவாறு அந்தச் சிறுவர்கள் தெருவைக் கடந்து சென்றனர்.

காமாட்சியும் குழந்தையைக் கழுவிவிட்டு புதுச் சட்டை போட்டு, வாசலுக்குத் தூக்கிக்கொண்டு வந்தவள்; அந்தக் கூட்ட அறிவிப்புச் செய்தியை வியப்பு மிகுந்திடக் கேட்டாள்!

"இதெல்லாம் என்ன மாரி! உனக்கே நல்லா இருக்கா?"

"படிச்சுகிட்டிருக்கிற பையனுங்க! அவனைப் போயி என்னால அடக்க முடியுங்களா?"

"அடக்க முடியாதா? சரி! ரொம்ப சரி! நீயும் உன் மகன் பொன்னனும் னும் இன்னையிலேயிருந்து நம்ப பண்ணை வேலையிலேயிருந்து நின்னுடுங்க!"

"எஜமான்! இந்தப் பண்ணைக்குப் பல நாளா பாடுபட்ட பரம்பரைங்க!"

"பழைய கதை பேச வேண்டாம்! பாக்கி சாக்கி ஏதாவது இருந்தா நாளைக்கே வந்து தீர்த்து வாங்கிட்டுப் போய்டு."

"எஜமான்! நீங்களா இப்படிப் பேசுறீங்க?"

"நான் பேசலே! பழமையிலே ஊறிப் போயி ஆஸ்தீகத்தை அனுதினமும் கடைப்பிடிக்கிற என் பரிசுத்தமான ஆத்மா பேசுது! இந்த ஊரைக் கெடுக்க உன் வீட்ல தொத்துநோய் உன் மகன் நந்தகுமார் உருவத்திலே வந்தாச்சு! இனிமே உங்க குடும்பத்துக்கு இந்த வீட்ல வேலையில்லை! தொடத்தகாத கழுதைகளைப் படிக்க வச்சா இந்தத் தொல்லைதான்! உம்! சரி! சரி! என் முன்னாலேயே நிக்காதே! போ! போய்டு!"

மாரி, நெஞ்சில் மூண்ட நெருப்பைத் தன்னால் இயன்றமட்டும் அடக்கிக்கொண்டு அசையாமல் நின்றார். காமாட்சி, ஏதோ சமாதானம் செய்ய முயன்று; "அப்பா!" என்று மெதுவாக அழைத்தாள்.

"நீ சும்மா இரும்மா! இந்த நாய்களுக்கு இடம் கொடுத்தா ஊர் மாத்திரமல்ல; நாடே நாசமாப் போய்டும்.'

மாரியின் மான உணர்ச்சியின் அடித்தளத்தை அந்தக் கடுஞ்சொற்கள் அசைத்தன. இன்னும் சிறிது நேரத்தில் பொங்கிவழியப் போகிற எரிமலையைப் போல மாறிற்று மாரியின் இதயம்!

அப்போது ஒரு சிறுமி மாரியிடம் பரபரப்புடன் ஓடிவந்து "தாத்தா! தாத்தா! அஞ்சலைப் பாட்டிக்கு ஒரே மயக்கம். கீழே விழுந்துட்டாங்க! நம்ப காலனி வைத்தியர் வந்து கைநாடிப் பாத்துட்டு ரத்தக் கொதிப்புன்னு சொல்றாரு! உங்களை செங்கமலம் அக்கா உடனே வரச் சொன்னுச்சு" என்று அலறியடித்துக் கொண்டு சொன்னாள்.

அதன் பிறகு மாரியினால் பண்ணையார் வீட்டு வாசலில் நிற்க முடியவில்லை. தசையெல்லாம் ஆட வீடு நோக்கி வேகமாக நடந்தார்.

அஞ்சலைக்கு இரத்தக் கொதிப்பு வருவானேன்? அடிக்கடி லேசாக மயக்கம் வருவதுண்டு. "அம்பல் காலனியில் உள்ள வயதான வைத்தியர் ஒருவர் மாத்திரை கொடுப்பதுண்டு. இப்போது பிரக்ஞையற்ற நிலையில் மயங்கிக் கீழே விழுகிற அளவுக்கு இரத்தக் கொதிப்பு ஏற்படக் காரணம்தான் என்ன?"

அருகே சென்று உட்கார்ந்து மாரி, "அஞ்சலை! அஞ்சலை!" என்று குரல் தடுமாறக் கூப்பிட்டுப் பார்த்தார். வைத்தியர், மருந்து கலந்த தண்ணீரை அஞ்சலையின் வாயில் ஊற்றினார்.

"ஒன்னும் பயப்படாதே மாரி! ரத்தக் கொதிப்புதான்! ரெண்டு மூணு நாளைக்கு நடக்காம கொள்ளாம வீட்டிலேயே படுத்துக் கிடக்கணும்" என்று மருத்துவர், மாரிக்கு ஆறுதல் கூறினார்.

அஞ்சலையின் இமைகள் சிறிதளவு திறந்தன. மாரியும், செங்கமலமும் பெருமூச்சு விட்டுக்கொண்டனர்.

தனக்கு இரத்தக் கொதிப்பு ஏற்பட்ட காரணத்தை அஞ்சலையின் உதடுகள் வெளியிடாவிட்டாலும், அவளது மனத்தில் அந்தக் காரணம் காட்சியாக உருண்டு கொண்டிருந்தது.

மாரியும் பண்ணைக்காரர் வீட்டுக்குப் போய்விட்டார். பொன்னன் வெளியூருக்குப் பண்ணை வேலையாகச் சென்றவன் வீடு திரும்பவில்லை. நந்தகுமார், உடல்நிலை சிறிது தேறியதுமே பொதுக்கூட்டம் நடத்துகிற ஏற்பாடுகளைக் கவனிக்க இளைஞர் குழுவைச் சேர்த்துக்கொண்டு அலைந்து கொண்டிருந்தான். அவனும் வீட்டில் இல்லை.

அப்போது அஞ்சலை, செங்கமலம் இருவர் மட்டுமே வீட்டில் இருந்தனர். செங்கமலத்தை எங்கும் தனியாக அனுப்ப விரும்பாத அஞ்சலை, வீட்டுக்குத் தேவையான சில சாமான்களை வாங்கு வதற்கு வீராயியின் கடைக்குப் போனாள். வீராயி, அஞ்சலை கேட்டவைகளை எடுத்துக் கொடுத்துக்கொண்டே "ஏன் அஞ்சலை! நீதான் நல்ல உடம்புக்காரி இல்லியே; இதுக்கெல்லாம் உன் மகள் செங்கமலத்தை அனுப்பக்கூடாதா?" என்று கேள்வி கேட்டு, தன் கலகக் கொடியை லாவகமாக உயர்த்தினாள். "அது சின்னஞ்சிறுசு! தெருவில வயசு வந்த பையனுங்க நட மாடிக்கிட்டே இருக்கானுங்க! ஏண்டியம்மா வம்பு! ஒருவேளையைப் போல இருக்காது!" என்று அஞ்சலை, தனக்கேயுரிய எளிய சுபாவத்தோடு விடையளித்தாள். 'தெருவிலே போற பயலுங்களுக்குப் பயப்படுறதா பாசாங்கு பண்றீங்க! பண்ணையார் மகன் வூட்டுக்குள்ளேயே வந்துட்டுப் போறான்."

வீராயி, எகத்தாளமாகக் கொக்கரித்தாள்.

"அபாண்டம் பேசித்தான் இப்படி இருக்கியே! இன்னம் ஏன் வீராயி, இந்த அக்ரமம் எல்லாம் பேசுறே?"

கொதித்தாள் அஞ்சலை ! வீராயி விடுவாளா என்ன? ஊர் வம்பு இழுப்பது - நேரடியாக மோதுவது - ஜாடை பேசுவது - நல்ல வார்த்தைகளுக்கே நாவில் இடம் தராமல் இருப்பது - குடும்பம் கலைப்பது - இதற்கென்றே சில பெண் ஜென்மங்கள் ஊருக்கு ஊர் - வீதிக்கு ஒன்றிரண்டு - உலகத்தில் இருக்கத்தானே செய்கின்றன. அந்த ரகமல்லவா வீராயி!

"புடிச்சாலும் புளியங்கொம்பைத்தான் பாத்து புடிச்சிருக்கீங்க! நல்லா குடுப்பான் காசு!"

"ஆ! என்னடி சொன்னே?"

அஞ்சலையின் இரத்தம் சூடேறியது!

"நம்ப காலனியிலேயே இல்லாத அநியாயம்! ஆனா ரொம்பக் கௌரவமான விபச்சாரம்!"

வீராயி, இந்த வார்த்தைகளைச் சொல்லி முடிப்பதற்குள் அஞ்சலை மயக்கமுற்று அந்தக் கடை வாசலிலேயே விழுந்தாள். இந்த நிகழ்ச்சிதான் இரத்தக் கொதிப்பு மிக அதிகமானதற்குக் காரணம்.

"கொஞ்சம் பரவாயில்லை! அப்படியே தூங்கவிடுங்க! கொஞ்ச நாளைக்கு நடக்காம கொள்ளாம பாத்துக்கிங்க!"

வைத்தியர், மருந்துப் பையைக் கட்டிக்கொண்டு விடைபெற்றுப் புறப்பட்டார். அஞ்சலையினால் பேசமுடிகிற அளவுக்கு வலிவு ஏற்பட்டபோதுகூட வீராயி கூறியவற்றைத் தன் கணவனிடமோ, நந்தகுமாரிடமோ, செங்கமலத்திடமோ சொல்ல விரும்பவில்லை. அதனால் பெரும் ரகளை ஏற்பட்டு அந்தக் காலனியே போர்க்களமாகிவிடும் என்று அஞ்சலைக்குத் தெரியும்.

பண்ணையார் தங்கள் வேலைக்கு ஓலை கிழித்துவிட்ட செய்தியையும் மாரி, அஞ்சலைக்கு அன்று சொல்லவே இல்லை. அவளுடைய இரத்தக் கொதிப்பு மேலும் அதிகமாகி விடக் கூடாதே என்ற பயம் மாரிக்கு!

அம்பேத்கார் திடலில் நந்தகுமார் ஏற்பாடு செய்திருந்த கூட்டம் தடையின்றி நடைபெற்றது. மாரிதான் தடுத்திருக்க வேண்டும். பண்ணையாரின் தடித்த வார்த்தைகள், மாரியையே மாற்றிவிட்டிருந்ததால் அவரிடமிருந்து நந்தகுமார் கூட்டத்திற்கு எதிர்ப்பு ஏதும் எழவில்லை. பக்கத்துக் கிராமங்களில் இருந்தெல்லாம் நூற்றுக்கணக்கான ஆதித்திராவிட மக்கள் சிறிய சிறிய ஊர்வலங்களாகக் கிளம்பி நந்தகுமாரின் கூட்டத்திற்குத் திரண்டுவந்தனர். கூட்டத்திற்கு ஒலிபெருக்கி ஏற்பாடும், மின்விளக்கு வசதிகளும் செய்யப்பட்டிருந்தன. அதற்கான செலவுகளை மகேஸ்வரன் ஏற்றுக்கொண்டிருந்தான் என்பது நந்தகுமாருக்கும் அவனது இளம் நண்பர்களுக்கும் மட்டுமே தெரியும்.

தம்பி, கூட்டத்தில் பேசுவதைக் கேட்க வேண்டுமென்று செங்கமலத்திற்குத் தாங்க முடியாத ஆசை! தான், கூட்டம் கேட்கப் போய்விட்டால் அம்மாவைக் கவனித்துக் கொள்வது யார்? வெளியூர் சென்றிருந்த அண்ணனும் இன்னும் திரும்பவில்லை. அப்பாவைக் கெஞ்சிக் கேட்டு அம்மாவைப் பார்த்துக் கொள்ளுமாறு சொல்லிவிட்டு, அம்மாவிடமும் அனுமதி வாங்கிக்கொண்டாள்.

வீராயி பேசியது அஞ்சலையின் மனத்தில் பதிந்து கிடந்ததால்; அவள் செங்கமலத்திடம் "ஊர்ப்பெண்களோடு சேர்ந்து போகாதேம்மா! நீ தனியாப்போயி, ஒரு மூலையில இருட்டில நின்னு கேட்டுட்டு வா!" என்று எச்சரிக்கை செய்து மகளுக்கு விடைகொடுத்தாள்.

ஆயிரத்துக்கு மேற்பட்டோர் மேடையைச் சுற்றிக் குழுமியிருந்தனர். உயர்ஜாதிக்காரர்கள்,

ஆதித்திராவிடரல்லாதார் இவர்கள் எல்லாம் தொலைவில் நின்று ஒலிபெருக்கி வாயிலாக நந்தகுமாரின் பேச்சைக் கேட்டனர்.

இளமையின் எழுச்சி முரசமாக - இலட்சியப் பேரிகையாக- சாதி சமயச் சச்சரவுகளைத் தூண்டிவிடும் வெறியர்களுக்குச் சாட்டையடியாக - அதே சமயம் தாழ்த்தப்பட்ட மக்களைத் தலைநிமிரச் செய்யும் சங்கநாதமாக நந்தகுமாரின் சொற் பொழிவு அமைந்திருந்தது!

அனைவருமே வாயைப் பிளந்தவாறு அவன் வீர உரையைக் கேட்டனர். செங்கமலம் ஒரு இடிந்த மண்டபத்தின் மறைவில் இருட்டில் நின்று தம்பியின் பேச்சைக் கேட்டுப் பூரித்துப் போனாள். ஒரு மணி நேரத்திற்கு மேல் உரையாற்றினான் நந்தகுமார்! அவனை ஊக்கப்படுத்த இடையிடையே கையொலிகள்!

கூட்டம் முடிவுற்றது. மக்கள் கலைந்து செல்லத் துவங்கினர். செங்கமலமும் மண்டபத்தின் மறைவிலிருந்து வீடு நோக்கிச் செல்ல எத்தனித்தாள் மலர்ந்த முகத்துடன்!

அப்போது "செங்கமலம்" என்ற ஒரு ஆண் குரல் மிக அருகாமையில் ஒலித்தது. திடுக்கிட்டுத் திரும்பினாள். தலையையும் உடலையும் போர்வையால் மறைத்தவாறு அவளருகே அந்த ஆண் உருவம் நெருங்கி வந்தது! கூச்சல் போட எண்ணினாள். பிறகு அவளே அசைவற்று நின்றுவிட்டாள். அருகே வந்தது மகேஸ்வரன்தான் என்பது அவளுக்குப் புரிந்துவிட்டது.

அத்தியாயம் : 9

"நிற்காதே! போய்விடு!" என்று நெஞ்சு அதட்டியது செங்கமலத்தை! அந்த ஆணையையும் மீறிக்கொண்டு அவள் நெஞ்சின் வேறொரு மூலையிலிருந்து "என்னடி பைத்தியமாக இருக்கிறாய்? மகேசுவரனைப் பார்த்தது முதல் அவனை மீண்டும் ஒரு முறை பார்க்கமாட்டோமா? மாட்டோமா? என்று அலைந்துகொண்டிருக்கும் கண்களுக்குச் சொந்தக்காரிதானே நீ? அவன் இப்போது, தவங்கிடந்த பக்தர்களுக்கு வரமருள வந்த புராண காலத்து மகேஸ்வரனைப் போல தரிசனம் கொடுக்க வந்திருக்கிறான்.. நீ ஓடிவிட நினைக்கிறாயே; முடியுமா உன்னால்? ஓடு பார்க்கலாம்!'" என்று எங்கே ஒரு குரல் கிளம்பிற்று.

அவள் கால்கள் வீட்டை நோக்கி நடக்கத்தான் விரும்பின. ஆனால் அந்தக் கால்கள் நகரமுடியாத அளவுக்கு வலுவிழந்து போய்விட்டதை அவள் உணர்ந்தாள். அவளால் அப்போது செய்ய முடிந்தது, அவளது மேலாடையைத் திருத்திக் கொண்டாளே - அது ஒன்றுதான்! பண்புள்ள பெண்களின் கரங்களுக்கு இயற்கை வழங்கியுள்ள சக்தியில்லவா அந்தச் செய்கை!

"செங்கமலம்! என்னைத் தப்பா நினைக்கிறியா? என்னடா இது? இவ்வளவு பெரிய வீட்டுப் பையன், திருடனைப்போல போர்வையைப் போர்த்திக்கொண்டு தன்னந்தனியாப் போகிற ஒரு குடும்பப் பெண்ணை இரவு நேரத்திலே வழிமறித்துப் பேசுகிறானேயென்று என் மீது ஆத்திரப்படுகிறாயா?"

மகேஸ்வரனின் நா தழுதழுத்தது. மெலிந்த குரலில்தான் பேசினான். செங்கமலத்தின் தலை தானாகக் குனிந்து கொண்டது. அவளுடைய உள்ளங்கைகளில் நீர் ஊறி ஈரமாயின. அவன் கைகளும் அவ்வாறே குளிர்ந்து

போயிருந்தன. ஆனால் இருவர் உடலிலும் சூடு பரவிக்கொண்டிருந்தது. இருவர் இதயங்களும் வேகமாகத் துடித்துக் கொண்டிருந்தன.

"நான் கேட்பதற்குப் பதில் சொல்லு. என் மேல் கோபமா?"

செங்கமலத்தின் குனிந்திருந்த தலை "இல்லை" என்பது போல் அசைந்தது!

"பயமா இருக்கா?"

"ஆமாம்" என்பதற்கு அடையாளமாக அவள் தலை மேலும் கீழுமாக "அபிநயம்" காட்டி நின்றது.

"என்ன பயம்? ஒருவேளை நான் பேயா? பிசாசா? என்றா?""

"களுக்"கென்று சிரித்துவிட்டாள் செங்கமலம். மகேஸ்வரனின் கை, செங்கமலத்தின் கையைப் பிடித்தது. இருவர் கைகளும் நடுங்கிக்கொண்டிருந்ததை ஒருவருக்கொருவர் உணர்ந்தனர்.

அவளை, மண்டபத்துக்குள்ளே மெதுவாக அழைத்துச் சென்றான். கையை விடுவித்துக்கொண்டு ஓடிவிட வேண்டுமென்று தீர்மானித்துக்கொண்டாள். அவள் அப்படி நினைக்கிறாள் என்பதைப் புரிந்துகொண்ட மகேஸ்வரன், தன் பிடியைத் தளர் தளர்த்தினான். அவள் கையை உருவிக் கொண்டு ஒரே பாய்ச்சலில் மண்டபத்தை விட்டு வெளியேறியிருக்கலாம்.

அனால் அவன், அவளது கரத்தை விடுவிக்கத் தயாராக இருந்தும் அவள் அந்தச் சமயத்தைப் பயன்படுத்திக்கொண்டு பறந்து போகும் புறாவாக மாறவில்லை! வல்லூறின் பிடியிலே சிக்கினால்தானே வெண்புறா துடிதுடிக்கும்! இப்போது மண்ட பத்துக்குள்ளேயிருப்பது ஜோடிப்புறா அல்லவா? மீண்டும் இரு கரங்களும் இறுகின.

மண்டபத்தில் எரிந்துகொண்டிருந்த மங்கலான விளக்கின் வெளிச்சத்தில் பெருந்தூண் ஒன்றில் செதுக்கப்பட்டிருந்த சிவசக்தி சிலை அவர்களுக்குப் பின்னால்! சிவனும் சக்தியும் ஆலிங்கன நிலையில் இருந்தனர். தேவியின் மார்பகம் தேவனின் நெஞ்சோடு அழுந்தியிருந்தது. அவளது நூலிடையைத் தேவனின் கரமொன்று வளைத்துப் பிடித்திருந்த காட்சி; காய்த்த கொடியொன்று கொழுகொம்பில் இறுகப் பிணைந்து படர்ந்திருந்தது போலத் தோன்றியது. நீரணிந்த சிவனாரின் நெற்றியில் தேவியின் குவிந்த இதழ்கள் மேய்ந்துகொண்டிருந்தன.

மகேஸ்வரனும் செங்கமலமும் அந்த சிவசக்தி சிலை உயிர் பெற்றது போல் ஆயினர். அப்படிச் சில விநாடிகள்தான்! அதற்குள் செங்கமலத்தின் தலையில் பல சம்மட்டி அடிகள் தாக்கின. மின்னல் வேகத்தில் தன்னை விடுவித்துக் கொண்டாள். மகேசும் அதிர்ச்சிக்கு ஆளாகி அவளையே நோக்கினான். அவள் நெற்றியில் முத்து முத்தாக வியர்வைத் துளிகள்!

அவன் சற்றும் எதிர்பாராத விதமாக அவனது கால்களில் விழுந்தாள். அவன் செங்கமலத்தின் தோள்களைப் பற்றி அன்புடன் தூக்கினான்.

"சாமீ! என்னை மறந்துடுங்க! இவ்வளவு படிச்ச நீங்க இந்தக் காரியம் செய்யலாமா? நான்தான் படிக்காத பட்டிக் காடு! எனக்குப் புத்தி சொல்லித் திருத்த வேண்டிய நீங்க. என்னைக் கெடுக்க நினைக்கலாமா? நல்லவேளை; எங்க அப்பா அம்மா செஞ்ச புண்யம் - ஆண்டவனாப் பாத்து என் கண்ணைத் திறந்தாரு!"

அதற்கு மேல் செங்கமலத்தைப் பேசவிடாமல் மகேஸ்வரன் அவளைத் தழுவிக்கொண்டான். அவள் திமிரினாள்.

"செங்கமலம்! ஏதோ என் பசியை அடக்கிக்கொள்ள இப்படியொரு முயற்சியிலே ஈடுபட்டேன் என்று நினைக்காதே! நீ நம்பமாட்டாய்! உன்னால் நம்பவும் முடியாது! தனலட்சுமி விளையாடுகிற பண்ணையார் அந்தஸ்து என்ன; ஜாதி கௌரவம் என்ன; கேவலம் தரித்திர லட்சுமி குடியிருக்கிற தாழ்த்தப்பட்ட ஜாதியிலே பிறந்த செங்கமலத்தோட மதிப்பு என்ன - மலைக்கும் மடுவுக்குமுள்ள வித்தியாசமில்லையா? இப்படி யொரு போராட்டம் உன் மனத்திலே நடைபெறும். எனக்குத் தெரியும்! ஆனால் ஒன்று! நான் உறுதியாகச் சொல்கிறேன். நான் திருமணம் செய்துகொள்வதாக இருந்தால் அந்த மணப் பெண் செங்கமலமாகத்தான் இருக்க முடியுமே தவிர - நிச்சயம் மற்றொருத்திக்கு இந்த இதயத்திலே இடமில்லை!"

செங்கமலம் அவன் கைகளைப் பற்றிக்கொண்டு கண்ணீர் மல்கிடக் கேட்டாள்.

"முடியுமா? நடக்கிற காரியமா? உங்கப்பா எவ்வளவு பெரியவரு! ஊர் உலகந்தான் ஒத்துக்குமா? வேண்டாங்க! விபரீதமா ஏதாச்சும் ஆயிடும்! அப்பறம் எங்க அப்பாவும் அம்மாவும் தூக்கு மாட்டிக்கிட்டு தொங்கிடுவாங்க! எங்க குடும்பத்துக்கு காலாகாலத்துக்கும் என்னால ஒரு அவமானம் வர வேண்டாங்க! என்னை மன்னிச்சிடுங்க! தயவுபண்ணி மறந் துடுங்க!"

செங்கமலம் விம்மி விம்மி அழுதுகொண்டே அவன் காலடியில் விழுந்தாள்.

"செங்கமலம்! உண்மையைச் சொல்லு! உனக்கு என் மேல் ஆசை ஏற்பட்டது உண்டா இல்லையா? அந்த ஆசையை நீ உன் கண்கள் மூலம் காட்டியது உண்டா இல்லையா? உன் வீட்டு வாயிற்படியில் இடித்துக்கொண்டபோது என் நெற்றியில் மஞ்சள் பத்து போட்டாயே; அப்போது உன்

கைவிரல்கள் என் முகத்தில் காதல் நடனம் ஆடியதே; அது என் குற்றமா? அல்லது உன் குற்றமா?"

'எல்லாம் என் குற்றமாகவே இருக்கட்டுங்க! ஏதோ ஒரு கெட்ட சொப்பனம் கண்ட மாதிரி நம்ப ரெண்டு பேரும் மறந்துடுவோங்க!"

"முடியாது செங்கமலம்; கண்டிப்பாக முடியாது! நீ என் மீது காதல் கொண்டாய்! ஆனால் எனக்கு உன் மீது ஏற்பட்ட காதல்; வெறும் உணர்ச்சியால் உருவானது அல்ல! நான் என் உள்ளத்தில் பதித்துக்கொண்டிருக்கும் கொள்கையின் அடிப்படையிலும் மலர்ந்ததாகும்! கொள்கைக்காகக் காதலைத் தியாகம் செய்து விடுகிற வீரர்களைக் கேள்விப்பட்டிருக்கிறேன். ஆனால் நான் உன்னிடம் கொண்டுள்ள காதலே என் கொள்கையை நிறைவேற்றுவதற்காகத்தான்! சாதி சமய உயர்வு தாழ்வு என்னும் சாத்திரச் சனியனை இந்தச் சமுதாயத்திலிருந்தே விரட்டித் தொலைப்பதற்கு என்னைப்போல பல மகேஸ்வரன்கள் கிளம்ப வேண்டும்! அவர்களுக்கு வழிகாட்டியாக நான் இருக்க வேண்டுமென்பதே என் ஆவல்! அதைத் தடுக்காதே! இதெல்லாம் நடக்குமா? நடக்க முடியுமா? என்றெல்லாம் நம்பிக்கையிழப்பது அழகல்ல! நமது திருமணத்தை நான் நடத்திக் காட்டுகிறேன் பார்!"

சில விநாடிகள் அந்த மண்டபத்தில் பேச்சில்லை. செங்கமலம் அழுகிற ஒலி மட்டும் கேட்டுக்கொண்டிருந்தது. அவள் இமையணையை உடைத்துக்கொண்டு புறப்பட்ட நீர்த்துளிகள், கன்னத்தில் உருண்டு, அவள் மடி மீது தலை வைத்துப் படுத்திருந்த மகேஸ்வரனின் உதடுகளில் விழுந்தன. அந்த உப்பு நீர் அவனுக்கு உவட்டாத செங்கரும்புச் சாறாக இனித்தது. அவளது தலையை அழுத்திப் பிடித்துத் தன் இதழ்களோடு அவள் இதழ்களைப் பொருத்தினான். சூடான இதழ்கள் சுவையான முத்தங்களைப் படைத்தன. மேலும்

அவள் உடலை வளைத்துத் தன்னருகே கொண்டு வர மகேஸ்வரன் செய்த முயற்சி பலிக்கவில்லை.

முழுவதும் நனைந்துவிடச் செங்கமலம் தயாராக இல்லை. எழுந்தாள். நடந்தாள். மகேஸ்வரன் தொடர்ந்தான். மீண்டும் இதழ்கள் சங்கமமாயின. சிவசக்தி சிலையை இருவரும் பார்த்தனர். அவன் கண்ணைச் சிமிட்டிக்கொண்டு சிலையையும் அவளையும் மாறி மாறிப் பார்த்துச் சிரித்தான் லேசாக!

நாணம், அவளை ஆட்கொண்டது! அவனைப் பார்த்துக் கொண்டே மண்டபத்திலிருந்து ஒரு சிறிய வாசல் வழியாக வெளியேறினாள். அவனும் மண்டபத்தின் மற்றொரு வாசல் வழியாகப் பதுங்கிப் பதுங்கி வெளியே சென்றான்.

"பலே! பலே! ரொம்ப அழகா இருக்கு! படிச்ச லட்சணமா? பட்டணத்து அனுபவத்தை இந்தப் பட்டிக்காட்டிலே கொட்டுராப்ல இருக்கு!"

மகேஸ்வரனைப் பார்த்து திருக்கைவால் முனியாண்டி கேலியாகச் சொல்லி உறுமிக்கொண்டே தரையில் காரித் துப்பினான்.

மகேஸ்வரன் பதில் எதுவும் சொல்லாமல் நடையில் வேகம் கலந்து விரைவாக அந்த இடத்தைக் கடந்து சென்றான்.

இன்னொரு வழியாகச் சென்ற செங்கமலத்துக்கும் மண்டபத்துக்கு வெளியே வரவேற்பு காத்துக்கொண்டிருந்தது.

"நல்லா இருக்குடியம்மா; ரொம்ப நல்லா இருக்கு! ஒண்ணும் தெரியாத பாப்பா, போட்டுக்கிட்டாளாம் தாழ்ப்பா! இனிமே இந்தத் தெருவில வயசு வந்த பெண்ணுங்க குடியிருக்கவே லாயக்கில்லே! தூத்தேரி! கர்ம காண்டம்!"

வீராயியின் பேய்க்குரலையும் கழுகுப் பார்வையையும் கேட்டும் கண்டும் செங்கமலம் குன்றிப் போனாள். மேனி முழுதும் குளமாக வியர்த்திட செங்கமலம் வீடு நோக்கி ஓடினாள்.

'முனியாண்டி பார்த்துவிட்டான். நாளைக்குக் காலையில் இந்தச் செய்தியை ஊர் முழுதும் பரப்பிவிடுவான். தந்தை பரமேஸ்வரன் காதிலும் இந்தச் செய்தி விழுந்துவிடும். வீட்டில் பெரிய அமளி காத்துக்கொண்டிருக்கிறது. பரவாயில்லை; எது வந்தாலும் சந்திக்கத் தயார் என்ற முடிவிலேதானே நான் இதற்குத் துணிந்தேன். அப்பா சீறுவார்! அம்மா கதறுவாள்! தங்கை தவிப்பாள்! எல்லாம் ஒரு நாளைக்குத்தானே - அதைத் தாங்கிக் கொள்ளத்தான் வேண்டும்.

கூரிய முள் குத்திவிடும் என்று தெரிந்துதானே மலர் பறிக்கத் தாவுகிறது மங்கையின் கரம்! உயிரைப் பற்றிக் கவலைப்பட்டால் ஆழ்கடல் முத்தெடுத்து அழகான ஆரத்தை அலங்கரிக்க முடியுமா? எந்த நேரத்திலும் இடிந்து விழக் கூடும் என்று அறிந்தும் கூட தங்கம் எடுக்கச் சுரங்கத்தில் இறங்கவில்லையா தொழிலாளி! அதைப் போலவே இலட்சியத்தை அடைவதற்கு இன்னல்கள், எதிர்ப்புகளை ஏற்றுத்தான் தீரவேண்டும். வாய்ச்சொல் வீரனாக வாழ்வதைக் காட்டிலும் வாய்மை சேர் மனிதனாக வாழ்ந்து மடிவதே அவனுக்காக வரலாற்றுப் புத்தகத்தின் சில பக்கங்கள் காத்துக்கொண்டிருக்கும்.

"வசதிகள் வாய்ப்புக்கள், வளமான வாழ்வு, இவற்றைப் பெற வழுக்கி விழவும் தயாராக இருக்கிற மனிதர்களை மாமிசப் பிண்டங்கள் என்றும், சோற்றால் அடித்த உருவங்கள் என்றும் வர்ணிப்பதற்கு வருங்கால சரித்திரம் எழுதுகோலைத் தீட்டி வைத்துக்கொண்டிருக்கிறது! ஆனந்த வாழ்வு ஆடம் பரம் – அந்தஸ்து - அனைத்தையும் இழந்துவிட்டு கொள்கைக்காகத் துன்பங்களை அனுபவிக்கிற என்னைப்போன்றவர்களை

எதிர்காலம்; புகழ் மகுடம் புனைந்து மகிழ்ச்சி பூத்திட வர வேற்கத்தான் போகிறது! எனவே, என்ன ஆனாலும் சரி; என் உறுதியிலிருந்து பின்வாங்கப் போவதில்லை.

- இப்படி நினைவு அலைகளில் நீச்சலடித்தவாறு மகேஸ்வரன், தன் வீட்டை நெருங்கினான்.

வீட்டின் முன்புறத் திண்ணையில் ஒரே ஒரு மின்விளக்கு மட்டும் எரிந்துகொண்டிருந்தது. வழக்கமாகக் காவலுக்குப் படுக்கும் இரண்டு மூன்று பண்ணையாட்கள், திண்ணைக்குக் கீழே தெருவில் உள்ள மேடைகளில் படுத்திருந்தனர். மகேஸ்வரனைக் கண்டதும் அவர்கள் எழுந்து மரியாதை செலுத்தினர்.

"எங்கே? பொன்னன் காவலுக்கு வரவில்லையா?" என்று அவர்களைப் பார்த்து மகேஸ்வரன் கேட்டான். அந்த ஆட்களில் ஒருவன் விடையளித்தான்.

"பெரிய எஜமான், பொன்னனையும் அவுங்க அப்பன் மாரியையும் வேலையை விட்டு நீக்கிட்டாருங்க! கொஞ்சம் முன்னாடிதான் வெளியூருக்குப் போயிருந்த பொன்னன், காவலுக்குப் படுக்க இங்க வந்தானுங்க! பெரிய எஜமான், அவனை வேண்டாம்னு சொல்லி அனுப்பிச்சுட்டாருங்க!

"ஏன்? என்ன காரணம்?

"அந்தப் பையன் நந்தகுமார் மீட்டிங் போட்டதைப் பத்தி அய்யா அந்த மாரிகிட்டே கண்டிச்சாருங்களாம் - மாரி, மறுத்துப் பேசுனாராம்! பேசலாங்களா? அதனால அப்பனையும் மகனையும் வேலையை விட்டு அனுப்பிச்சுட்டாருங்க!"

'ஓகோ! உங்களைச் சேர்ந்தவுங்க - உங்களோடு சேர்ந்து இந்தப் பண்ணையைக் கொழுக்க வச்சவுங்க அவுங்களை விரட்டி

அனுப்பியாச்சு! நீங்க மாத்திரம் கருங்காலிகள் மாதிரி, இங்கே வந்து காவலுக்குப் படுத்திருக்கீங்களா? மாரியையும் பொன்னனையும் விரட்டினது மாதிரி உங்களையும் விரட்ட எவ்வளவு நாள் ஆகும்? கொஞ்சமாவது உங்களுக்கு உணர்ச்சி வேண்டாமா?"

"சின்னய்யா சொல்றதும் சரிதாங்க! இருந்தாலும் வயிறு இருக்குதுங்களே?"

"மானம் பெரிசா? வயிறு பெரிசா?"

மகேஸ்வரன் ஆத்திரத்துடன் கேட்டுவிட்டுப் பண்ணை வீட்டின் தோட்டத்துப் பக்கம் திரும்பிச் சென்றான். காவலாட்கள் ஒருவருக்கொருவர் ஏதோ மெதுவாகப் பேசிக் கொண்டு படுத்துவிட்டனர்.

கொல்லைப்புறம் கிணற்றடிக்குச் சென்று கை கால்களைச் சுத்தம் செய்வதற்காகவே மகேஸ்வரன் பின்புற வழியாகப் போனான். வெளிச்சமின்றி தோட்டம். இருண்டு கிடந்ததால் அங்குள்ள மின்விளக்குப் பொத்தானை அழுத்தினான். ஒளி பரவியது.

அந்த ஒளியில் அவன் கிணற்றடியில் கண்ட காட்சி... அவன் கண்களை அவனால் நம்பவே முடியவில்லை.

ஆடை குலைந்த நிலையில் திடுக்கிட்டு எழுந்தாள் காமாட்சி! அவளைத் தழுவிக் கிடந்த வாலிபன் கிணற்றின் சுவரில் ஒளிந்து கொண்டான்.

"யார் அது?" மகேஸ்வரனின் குரல் அதிர்ந்தது.

அத்தியாயம் : 10

மகேஸ்வரனால் அங்கு நிற்க முடியவில்லை. எதிரே அரை நிர்வாணக் கோலத்தில் தங்கை நிற்கும்போது எந்த அண்ணனால் தான் அங்கே நிற்க முடியும். "யார் அது?" என்று அவன் கேட்ட கேள்விகூட அவனை யறியாமல் பீறிட்டுக் கிளம்பிய திகைப்பு உணர்ச்சியின் விளைவு! அந்த வினா எழுப்பிய வேகத்திலேயே மின்விளக்குப் பொத்தானை மீண்டும் அழுத்தினான்.

கொல்லைப்புறம் இருண்டு போய்விட்டது.

மகேஸ்வரன் தெருப்பக்கம் செல்வதற்காகத் திரும்பி நடந்தான். கிணற்றுச் சுவரில் ஒளிந்துகொண்டிருப்பவன் யாராக இருக்கும்? மகேஸ்வரன்; இந்தப் புதிருக்கு விடை காணத் துடித்தான் .

அவன் நினைத்தால் தெருப் பகுதியில் படுத்திருக்கும் ஆட்களை யெல்லாம் எழுப்பிவிட்டு காமாட்சியின் கள்ளக் காதலனை அப்போதே பிடிக்கச் சொல்லிவிட முடியும். அப்படிச் செய்தால் காமாட்சியின் நிலை என்ன ஆகும்? நாளைக்கு ஊர் என்ன பேசும்? இதனால் தங்கையின் எதிர்காலமே பாழாகிவிடக்கூடுமல்லவா? எனவே பரபரப்புக்கு இடம் தராமல், மறுநாள் காமாட்சியிடமே விவரத்தை அறிந்துகொள்ளலாம் என்ற முடிவுடன் தெருப்புறத் திண்ணையில் ஏறினான்.

இதற்கிடையே, கிணற்றுச் சுவரில் ஒளிந்திருந்தவன் வேலியோரத்து அடைப்புக்களையும், முட்களையும் பொருட்படுத்தாமல், மழலையொன்று மண்டியிட்டு நகர்வதைப் போல நகர்ந்து கடைசியாகத் தாண்டிக் குதித்து வெகு தொலைவு ஓடிவிட்டான்.

இதயம் கனத்துப்போன நிலையில் வீட்டுத் திண்ணையில் உட்கார்ந்த மகேஸ்வரன் செவிகளில் கொல்லைப்புறமிருந்து ஒரு பயங்கர ஒலி கேட்டது.

அந்த ஒலி கேட்டு காவலுக்குப் படுத்திருந்தவர்களும் வாரிச் சுருட்டிக்கொண்டு எழுந்தார்கள். யாரோ கிணற்றில் விழுந்த ஒலிதான் அது!

காமாட்சிதான் விழுந்துவிட்டாள் என்பது மகேஸ்வரனுக்குப் புரிந்துவிட்டது. அவனும், காவலாட்களும் கொல்லைப்புறம் ஓடுவதற்குள் பண்ணையார் வீட்டுக்குள் எல்லா மின்விளக்குகளும் எரியத் தொடங்கின. பண்ணையாரும் அவர் மனைவியும் பதறித் துடித்துக்கொண்டு ஓடிவந்தனர். மகேஸ்வரன், கிணற்றுக்குள் இறங்கினான்.

பண்ணையாரும் பார்வதியும் கிணற்றுக்குள் எட்டிப்பார்த்த வாறு "முருகா! முருகா! ராமா! ராமா! கடவுளே! கடவுளே!" என்று கதறிக்கொண்டிருந்தனர். மகேஸ்வரன், கிணற்றுக்குள் ஆழமான தண்ணீரில் முழுகிக்கொண்டிருந்த காமாட்சியைத் தூக்கிக்கொண்டான்.

அதற்குள் காவலாட்களில் ஒருவன், மகேஸ்வரனுக்குத் துணையாகக் கிணற்றுக்குள் இறங்கிட முனைந்தான்.

அவனைப் பண்ணையார் தடுத்துவிட்டார். தீண்டாதவர்கள் கிணற்றுத் தண்ணீரைத் தொட்டுவிடக்கூடாது - அது மட்டுமல்ல, மகளின் உடல் மீதோ, அல்லது மகனின் உடல் மீதோ அவர்களுடைய கை பட்டுவிடக்கூடாது! அது மகா பாபம்!

அந்த ஆபத்தான நேரத்திலும் பண்ணையார் பரமேஸ்வரன் ஆச்சார அனுஷ்டானங்களை விட்டுக்கொடுக்கத் தயாராக இல்லை.

கிணற்றுச் சகடையில் இருந்த தாம்புக் கயிறை கட்டையில் ஒரு முனையைக் கட்டி மீதிக் கயிறை கிணற்றுக்குள் விட்டு, அதைப் பிடித்துக்கொண்டு மகேஸ்வரன் காமாட்சியுடன் மேலே வருவதற்கு அந்த ஆட்கள் உதவினார்கள். ஓரளவு மயக்கமுற்ற நிலையில் காமாட்சி இருந்தாள் என்றாலும் அவளை மகேஸ்வரன் காப்பாற்றி கிணற்றுக்கு வெளியே கொண்டுவந்துவிட்டான்.

பார்வதியம்மாள் காமாட்சியைக் கட்டிப்பிடித்துக்கொண்டு உடலெல்லாம் வெடவெடவென்று ஆடிட அழ ஆரம்பித்தாள். அதற்குள்ளாகக் காவலாட்களிலே இருவர் விரைந்து சென்று வண்டிச் சக்கரமொன்றைக் கழற்றிக் கொண்டு வந்தார்கள். அந்தச் சக்கரத்தில் காமாட்சியை வைத்து மகேஸ்வரன் சுற்றினான்.

இதற்கிடையே அக்கம் பக்கத்தில் உள்ளவர்கள் பண்ணையார் வீட்டுக் கொல்லையில் கூடிவிட்டார்கள்.

காமாட்சியின் வாய் வழியாகவும் மூக்கு வழியாகவும் கிணற்றுத் தண்ணீர் வெளியே வந்தது.

அவள் மயக்கம் முற்றிலும் நீங்கியது.

கண் விழித்தாள்.

அழவேண்டும் போலிருந்தது அவளுக்கு!

இவ்வளவு பேர் சுற்றிலும் நிற்கிறார்களே - அதனால் மெத்தவும் சிரமப்பட்டு அழுகையை அடக்கிக்கொண்டாள்.

"ஏன் ஓரேயடியா கூட்டம் போடுறீங்க? ஒண்ணும் நடக்கலே! தாயாரைக்கூட எழுப்பாம தனியா கொல்லைப் பக்கம் வந்திருக்கிறா! கிணற்றிலே தண்ணி மொண்டிருக்கிறா! தவறி

விழுந்துட்டா! அவ்வளவுதான்! எல்லாம் போங்க! போங்க!" என்று பண்ணையார் சற்று உரத்த குரல் எழுப்பினார்.

அக்கம் பக்கத்துக்குக்காரர்கள் பண்ணையார் பேச்சுக்குப் பதில் பேச்சு பேசாமல் ஒவ்வொருவராக அந்த இடத்தை விட்டு நகர்ந்தனர்.

காமாட்சியைப் பார்வதியம்மாள் அழைத்துக்கொண்டு பின்புற வழியாகவே வீட்டுக்குள் போனாள்.

"தண்ணி மொண்டிருக்கிறா! தவறி விழுந்துட்டா!" என்று தன் தந்தை சொன்ன வாசகத்தின் பிற்பகுதியில் உள்ள உண்மையை மகேஸ்வரன் எண்ணிப் பார்த்திடத் தவறவில்லை. அவனும் தாய் தந்தையருடன் வீட்டுக்குள் வந்தான்.

"நீ போயி டிரஸ் மாத்துப்பா! காயம் கீயம் ஒண்ணுமில்லியே! நான் காமாட்சியைக் கொண்டு போயி படுக்கவைக்கிறேன்." பார்வதியம்மாள் பரிவுடன் கூறிவிட்டு, மகளை அழைத்துக்கொண்டு அவளது அறைக்குள் நுழைந்தாள்.

பண்ணையார் பரமேஸ்வரன் நடுக்கூடத்தில் கிடந்த சோபாவில் மிகுந்த சோர்வுடனும் பதைப்புடனும் உட்கார்ந்தார். சிறிது நேரம் அந்த வீட்டில் அமைதி நிலவியது. அந்த அமைதியை விரட்டுவது போல குழந்தை வீறிட்டு அழுதது. பார்வதியம்மாள், தன் அறையிலிருந்து காமாட்சியின் அறைக்கு விரைந்தோடி குழந்தையைத் தூக்கிச் சமாதானப்படுத்தினாள்.

புட்டிப் பாலை எடுத்துக் கொடுத்து அதைத் தூங்க வைக்க முயற்சி செய்தாள்.

நனைந்த உடைகளை மாற்றிக்கொண்டு மகேஸ்வரன் கூடத்திற்கு வந்து தன் தந்தைக்கு எதிரேயிருந்த சோபாவுக்குப்

பின்னால் நின்றுகொண்டு தந்தையின் முகத்தையே உற்றுப் பார்த்துக் கொண்டிருந்தான். காமாட்சி, பார்வதியின் அறைக்கதவுக்குப் பின்னிருந்து அப்பாவையும் அண்ணனையும் கூர்ந்து கவனித்துக் கொண்டிருந்தாள்.

கிணற்றில் விழுந்து எழுந்த வலியும் களைப்பும் அவளை வாட்டிக் கொண்டிருந்த போதிலும், தன்னைப் பற்றித் தந்தையிடம் அண்ணன் என்ன சொல்லப் போகிறார் என்பதிலே அவ்வளவு கவலை அவளுக்கு இருந்தது!

பண்ணையார் மகேஸ்வரன் முகத்தைப் பார்த்தார். மகனிடம் என்ன பேசுவதென்றே அவருக்குப் புரியவில்லை. "நாளைக்கு ஊர் முழுக்க விஷயம் பரவிடும்" - நீண்ட நேரத்துக்குப் பிறகு அவர் கூறியது இது!

பெருமூச்சு! தலையிலே கையை வைத்துக்கொண்டார்!

"எல்லாம் உங்க பிடிவாதத்தினாலே வந்த வினைதானே அப்பா!"

"வினை!" இந்த வார்த்தை காமாட்சியின் காதுகளில் விழுந்ததும் அவள் கலங்கிப் போனாள்.

அண்ணன், கிணற்றடியில் கண்ட காட்சியைத் தந்தையிடம் சொல்லப் போகிறான் என்று முடிவு கட்டிக்கொண்டு மனமொடிந்து போனாள்.

"என்னப்பா என் பிடிவாதம்? கொஞ்சம் விளக்கமாகச் சொல்லு!"

பண்ணையார் குரல் கடுமையாக ஒலித்தது.

'காமாட்சிக்கு வயசு என்ன? பெரியவளாகி எத்தனை வருஷம் ஆகுது? இதையெல்லாம் நினைச்சுப் பார்த்தீங்களா?

அவளுக்கு சீக்கிரம் ஒரு கல்யாணத்தைப் பண்ணி வைக்கணும்னு உங்க மனசிலே தோணவே இல்லியே! உங்களுக்கு ஏற்றபடி எங்க அம்மா!"

மகேஸ்வரனின் வாயிலிருந்து அடுத்த வார்த்தைகள் எப்படி வரப்போகின்றன - "அதனால்தான் காமாட்சி தவறிவிட்டாள்! அந்தக் கண்றாவிக் காட்சியைத்தான் நான் கிணற்றடியில் பார்த்தேன்" - இப்படித்தான் அவன் முடிக்கப் போகிறான் என்று நினைத்து காமாட்சி தணலில் நின்றுகொண்டிருந்தாள். ஆனால் மகேஸ்வரன், கிணற்றடியில் தான் கண்ட காட்சி பற்றி எதுவுமே ஜாடையாகக்கூடக் குறிப்பிடவில்லை.

"நான் என்னடாப்பா பண்ணிட்டேன்? என் மேல ஏன் பழியைப் போடுறே?"

பார்வதியம்மாளும் கூடத்திற்கு வந்து அந்த உரையாடலில் கலந்துகொண்டாள்.

"தான் இருப்பதே தன் தகப்பனுக்கும் தாய்க்கும் ஒரு சுமையென்று காமாட்சி முடிவு செய்திருக்கிறாள். நீங்களோ, யாராவது காமாட்சியைப் பெண் கேட்க வந்தால் கருமியாகி விடுகிறீர்கள்! ஆனால் எனக்குப் பெண் கொடுக்க வருகிறவர்களிடம் பேராசைக் காரர்களாக மாறிவிடுகிறீர்கள்! வரதட்சணை என்ற பேச்சுக்கே இடமில்லையென்று சொல்லியிருந்தால் உங்கள் கொள்கையை நான் வரவேற்றிருப்பேன். பெண்ணுக்கு வரதட்சணை தரமாட்டேன்! என் பிள்ளைக்கு மட்டும் வரதட்சணை கொடு! அதுவும் வாரி வாரிக் கொடு! இப்படியொரு நிலையெடுத்தால் அது என்னப்பா நியாயம்? என்னம்மா நியாயம்? உங்க கருமித்தனத்தையும் பேராசைக் குணத்தையும் நான் புரிஞ்சுகிட்டேன். பொறுத்துகிட்டேன் . காமாட்சி; பாவம் பெண்தானே! இந்தக் குடும்பத்துக்கு; தான் ஒரு சுமையாக இருக்கக்கூடாதென்று தீர்மானித்திருக்கிறாள். இல்லேன்னா அவள் ஏன் கிணற்றில் விழுகிறாள்?"

தான் கண்டதையே அடியோடு மறைத்துவிட்டு - அண்ணனுக்கு எதிராக இப்படி நிலைகுலைந்து நின்றோமே என்ற அவமானம் தாங்காமல் கிணற்றில் விழுந்த உண்மையையும் ஒளித்து விட்டு - மகேஸ்வரன்; விவகாரத்தையே வேறு திசைக்குத் திருப்பி விட்டது கண்டு காமாட்சி ஆறுதலடைந்தாள்.

"சரி! சரி! நாளைக்கே ஒரு மாப்பிள்ளையைப் பாரு! அவன் எவ்வளவு வரதட்சணை கேட்டாலும் சரி; கொடுத்துத் தொலைக்க நான் தயாராயிருக்கேன். மகேஸ்வரா! இது ஒண்ணும் நான் விளையாட்டுக்குச் சொல்லலே! உண்மையாவே சொல்றேன்; உடனே நீயே எல்லா ஏற்பாடுகளையும் கவனி!"

பண்ணையார் முடிந்த முடிவாக மகனிடம் இதைக் கூறி விட்டுக் கூடத்தை விட்டு எழுந்து சென்றார்.

அவர் மாடிப்படிகளில் ஏறி மேலே செல்லும் வரையில் அவரையே பார்த்துக்கொண்டு நின்ற மகேஸ்வரனின் மனம் எத்தனையோ குழப்பங்களால் அலைமோதிக் கொண்டிருந்தது. பார்வதியம்மாளும், "முருகா! ராமா!" என்று முணுமுணுத்துக் கொண்டே தன் அறைப்பக்கம் சென்றாள்.

மகேஸ்வரன், மாடிப்படிகளில் இன்னொரு பகுதி வழியாக ஏறி, தன்னுடைய அறையை நோக்கி நடந்தான்.

பார்வதியம்மாள் வந்தவுடன், காமாட்சி அந்த அறையிலிருந்து புறப்பட்டு தன்னுடைய அறைக்குக் கிளம்பினாள். காமாட்சி அவள் அறைக்குள் சென்றுவிட்டாள் என்று தெரிந்த பிறகு, பார்வதி மெதுவாகச் சென்று கொல்லைக் கதவையும் தெருக் கதவையும் உட்புறமாகப் பூட்டி சாவியை இடுப்பில் வைத்துக்கொண்டு திரும்பி வந்து "அப்பாடா!" என்று படுக்கையில் சாய்ந்தாள்.

மகேஸ்வரனுக்குத் தூக்கம் வரவில்லை. கண்கள் மட்டும் மூடியிருந்தன. "அவன் யாராக இருக்கும்? அப்பா, எவ்வளவு வரதட்சணை தருவதற்கும் தயார் என்று கூறிவிட்டார். அடுத்த கட்டம் காமாட்சியின் கையில் தானிருக்கிறது! ஒருவேளை; அவள்-தான் காதலித்தவனைத்தான் மணப்பேன் என்று பிடிவாதம் பிடித்துவிட்டால்? அதனால் என்ன? அதையும் அப்பாவிடம் சொல்லி அவரைச் சம்மதிக்கச் செய்யவேண்டியதுதான்! காமாட்சியின் காதலன் வேறு சாதியைச் சேர்ந்தவனாக இருந்துவிட்டால்; தந்தையின் சம்மதம் எப்படிக் கிடைக்கும்? கிடைக்கவே கிடைக்காது!"

இப்படி அவன் உள்ளம் உறுதியாகக் கூறியபோது; "ஏன் கிடைக்காது? என்னை மணக்க மட்டும் உங்களுக்கு உங்கள் தந்தை அனுமதி வழங்கிவிடப் போகிறாரோ? நான் மட்டுமென்ன உங்கள் சாதியா?" என்று கேட்டவாறு செங்கமலம், அவனது அகக்கண் முன்னே தோன்றினாள். "நான் பரவாயில்லை; ஆண்மகன்! அப்பாவை எதிர்த்துக் கொண்டு வெளியேறிவிடலாம்! காதலுக்காகவும், கொண்ட கொள்கைக்காகவும் என் சொந்தபந்தங்கள் சொத்துக்களை யெல்லாம்கூடத் தியாகம் செய்துவிடலாம். ஆனால் காமாட்சியால் அந்த அளவுக்கு எதிர்த்து நிற்க முடியுமா?" அவன் மனப்புயல் தொடர்ந்தது!

"உனக்காகப் போராடும்போது, உன் தங்கைக்காகவும் நீ ஏன் போராடக்கூடாது?"

மகேஸ்வரன் கண்களைத் திறந்தான். அறையைவிட்டு வெளியே வந்தான். தங்கையைத் தனியாகச் சந்தித்து அவளுடைய காதலன் யார் என்று கேட்டுத் தெரிந்துகொள்ள விரும்பினான்.

தந்தையின் அறைக் கதவைப் போய்ப் பார்த்தான். மூடிக்கிடந்தது. விளக்குக்கூட அணைக்கப்பட்டிருந்தது.

மாடியிலிருந்து சந்தடியில்லாமல் இறங்கினான். தாயார் தூங்கி விட்டாளா என்று கவனித்தான். அந்த அறையின் கதவு சிறிது திறந்திருந்தது. மங்கலான விளக்கு மட்டும் எரிந்து கொண்டிருந் தது. பார்வதியம்மாள் நன்றாகத் தூங்கிக் கொண்டிருந்தாள். காமாட்சியின் அறையை நோக்கி நடந்தான். அறை தாளிடப் பட்டிருந்தது. உள்ளே விளக்கு எரிவது மேலேயுள்ள வண்ணக் கண்ணாடிகள் மூலம் அவனுக்குத் தெரிந்தது. அறைக் கதவைத் தள்ளிப் பார்த்தான்.

கதவு அசையவில்லை. தட்டினால் தாயார் விழித்துக்கொண் டால் என்ன செய்வது என்ற அச்சம் வேறு! அறைக்குள்ளே குழந்தை முணகி அழும் ஒலி, விட்டுவிட்டுக் கேட்டுக் கொண்டிருந் தது. தங்கை விழித்துக்கொண்டிருந்தால் கதவை மெதுவாகத் தட்டியதும் வந்து திறந்துவிடுவாள். தூங்கியிருந்தால் பயனில்லாமல் போய்விடும்.

தூங்குகிறாளா என்பதை எப்படி அறிந்துகொள்வது? கதவின் சாவித்துவாரம் அவன் கவனத்தைச் கவர்ந்தது. அதன் வழியாக அவள் தூங்குகிறாளா; அல்லது விழித்துக்கொண்டிருக்கிறாளா என்று பார்த்துவிடத் தீர்மானித்தான்.

அவனது விழிகளில் ஒன்று சாவித்துவாரம் வழியாக அறைக்குள்ளே பாய்ந்தது! அய்யய்யோ - மீண்டும் அவனுக்கு ஒரு பெரும் அதிர்ச்சியா?

காமாட்சி, திரும்பி உட்கார்ந்த நிலையில் குழந்தையை அணைத்துக்கொண்டு அதற்குத் தாய்ப்பால் கொடுத்துக்கொண்டிருந்தாள்.

அத்தியாயம் : 11

பொதுக்கூட்டத்தில் பேசிக்கொண்டிருக்கும்போது சில நேரங்களில் மேடையில் உள்ள விளக்கின் வெளிச்சத்திற்காக வட்டமிடும் பூச்சிகளில் ஒன்று சொற்பொழிவாளரின் சட்டைக்குள் புகுந்து முதுகிலே ஊசி போலக் குத்தும் வலிக்கிற இடத்தைத் தடவியும் கொடுக்க முடியாமல், முதுகில் ஊர்ந்து கொண்டிருக்கிற பூச்சியையும் எடுக்க முயற்சி செய்யாமல் பல்லைக் கடித்துக்கொண்டு மிகப் பொறுமையாக அந்தப் பேச்சாளர் வேதனையைப் பொறுத்துக்கொண்டு தன் உரையைத் தொடர்ந்து நிகழ்த்துவார்.

அதேபோன்ற நிலைமைதான் இப்போது மகேஸ்வரனுக்கு!

யாரிடமோ காதல் கொண்டிருக்கிறாள் தங்கை அவன் யார் என்று தெரிந்துகொள்ள விரும்பியபோது ஒரு தங்கை, குழந்தைக்குத் தாயாகவும் ஆகிவிட்டாள் என்பதை யறிந்து அவன் கூச்சல் போட முடியுமா என்ன?

குழந்தையை எறும்பு கடித்தால் கூட அது வீறிட்டு அலறி விடுகிறது!

மகேஸ்வரன் குழந்தையல்லவே; விஷப்பூச்சி கடித்தாலும் பொறுத்துக்கொண்டு ஒலிபெருக்கியின் முன்னால் நிற்கிற சொற்பொழிவாளனைப் போலத்தான் அவன், அந்த விபரீதக் காட்சியை விழிவாயால் விழுங்கி இதயமென்னும் இரைப் பையில் போட்டுக்கொள்ள வேண்டியிருந்தது!

என்ன அடக்கம் எவ்வளவு சாது எத்துணைக் கட்டுப்பாடு நிறைந்த குடும்பம் -வேதங்களை எழுதியவர்கள் கூட நடைமுறையில் கடைப்பிடித்தார்களோ என்னவோ, தன் தந்தை பண்ணையார் பரமேஸ்வரன் அவ்வளவு தீவிரமாகச்

சாத்திர சம்பிரதாயங்களைக் கடைப்பிடிப்பவர் - அப்படிப் பட்ட வீட்டில் கூட்டுப்பறவைபோல் அடைபட்டுக் கிடந்த காமாட்சி, 'யாரோ ஒருவனுக்குக் காதலியாகவும் ஆகிவிட்டாள் - தோட்டத்துக் கிணற்றடியையே பள்ளியறையாக ஆக்கிக்கொள்கிற துணிவையும் பெற்றுவிட்டாள்.

அதைவிட பயங்கரம்! குழந்தைக்குத் தாயாகி அதையும் அந்த வீட்டுக்குள்ளேயே யாருக்கும் தெரியாமல் தானே வளர்க்கிற அளவுக்குத் தந்திரமும் கற்றிருக்கிறாள்.

மாதா கோயிலில் எரிகிற மெழுகுவத்தியைப் பார்க்கும் போது அது எவ்வளவு குளுமையாக எரிகிறது என்று பாராட்டத் தோன்றுகிறது. தீவட்டி வெளிச்சத்தைப் பார்க்கும் போது ஏற்படுகிற வெறுப்பு மெழுகுவத்திச் சுடரில் நிச்சயம் ஏற்படுவதில்லை. அதற்காக மெழுகுவத்திச் சுடரில் விரலை வைத் தால் பனிக்கட்டியில் வைத்தது போலவா இருக்கிறது? விரல் கொப்பளித்துப் பழுத்துத்தானே போய்விடுகிறது!

தன் தங்கை காமாட்சி கொளுத்தப்படாத மெழுகு வத்தியென நம்பிக்கொண்டிருந்த மகேஸ்வரன், அவள் சுடர் விட்டு எரிந்துகொண்டிருக்கிற மெழுகுவத்தி என்பதை அந்த ஒரே இரவில் தெளிவாக உணர்ந்துகொண்டான்.

அறைக்குச் சென்று படுக்கையில் உடலைச் சாய்த்தான். வானம் உறுமிக்கொண்டிருந்தது! பலகணி வழியாக மின்னல் ஒளி அவன் கண்ணைப் பறிக்குமளவுக்குப் பாய்ந்து கொண்டி ருந்தது. மின்னலை விட வேகமாக அவன் நெஞ்சில் கேள்விகள் எழுந்தன. அந்தக் கேள்விகளுக்கு விடையாகவோ; விளக்க மாகவோ அவனுக்குக் கிடைத்தது இடியொலிகள்தான்!

வயல் வெளியில் கண்டெடுத்த குழந்தைக்குக் காமாட்சி எப்படித் தாயாக இருக்க முடியும்? அவள் கருவுற்றிருந்த

போது இந்த வீட்டில் பார்வதியம்மாளுக்கு அந்த ரகசியம் எப்படித் தெரியாமல் மறைக்கப்பட்டிருக்க முடியும்? ஒருவேளை தாயாருக்குத் தெரிந்த ரகசியமாகவே இருக்குமா? கணவனிடம் அளவற்ற அன்பும் அதேபோல பயபக்தியும் கொண்ட தன் தாயார், இவ்வளவு துணிச்சலாக கணவனின் கண்களைக் கட்டிவிட்டு மகளைக் காப்பாற்ற எப்படி முன்வந்திருக்க முடியும்?

ஒரு வேளை, தாயார்-தந்தை இருவருக்குமே தெரிந்து இருவருமே சேர்ந்து ஊரார் கண்களில் பொடியைத் தூவிக் கொண்டிருக்கிறார்களா?

சாத்திர சம்பிரதாயத்திற்கு விரோதமாக எள்முனையளவு காரியம் நடந்தால்கூட பாம்பை மிதித்தவர் போலப் பதைபதைப்புக் கொள்ளும் தந்தையார் இந்தச் செயலுக்கு எப்படி ஒப்புதல் அளித்திருக்க முடியும்? இதற்கெல்லாம் யாரிடத்திலே பதிலைத் தேடுவது? காமாட்சியிடம் கேட்க முடியுமா? ஒரு சகோதரன் தன் சகோதரியிடம் விசாரிக்கக் கூடிய விவரங்களா இவைகள்?

வேறு வழிதான் என்ன? ஒரே ஒரு வழிதான் புரிகிறது!

மகேஸ்வரன், படுக்கையில் எழுந்து உட்கார்ந்தான். விளக்கைப் போட்டான். மேஜையில் இருந்த ஒரு படத்தின் மீது அவன் பார்வை பாய்ந்தது. அந்தப் படத்தில் ஒரு ஆணும் பெண்ணும்! மணக்கோலத்தில் எடுத்த நிழற்படம்!

சென்னையில் வழக்கறிஞராகப் பணியாற்றும் சோமுவும் மகேஸ்வரனும் இணைபிரியாத நண்பர்கள். இரண்டு மூன்று ஆண்டுகளுக்கு முன்புதான் சோமு, வேணியைத் திருமணம் செய்துகொண்டான். வேணியும் வழக்குரைஞர் தொழிலில் ஈடுபட்டவள் தான். தன் கணவனின் உயிர் நண்பன் என்ற முறையில் வேணி மகேஸ்வரனிடம் வற்றாத பாசமும் வாஞ்சையும் கொண்டவள். திருமணத்திற்குப் பிறகு

மகேஸ்வரனின் அழைப்பையேற்று இரண்டு தடவை சோமுவும் வேணியும் அம்பல் கிராமத்திற்கு வந்து ஒவ்வொரு தடவையும் நாலைந்து நாட்கள் தங்கியிருந்திருக்கிறார்கள். சோமுவும் மகேசும் நண் பர்களானதைப் போலவே - கிராமத்திற்கு வந்து தன் வீட் டில் தங்கிய வேணியிடம் நெருங்கிப் பழகியிருந்தாள் காமாட்சி! எல்லோரிடமும் கலகலவென்று சிரித்துப் பேசி அவர்களுடைய உள்ளத்தில் இடம்பிடித்துவிடக்கூடிய நவநாகரீகப் பெண்ணாக வேணியிருந்தாலும் கூட பண்பாடு மிக்கவள் என்று பள்ளிப் பருவத்திலிருந்தே நற்சான்று பெற்றவள்.

அந்த இருவரும் மணக்கோலத்தில் புன்னகை ததும்ப நிற்கும் படத்தையே உற்றுப் பார்த்துக்கொண்டிருந்த மகேஸ்வரன்; அவர்கள் தன் எதிரே நிற்பது போலவே கருதிக் கொண்டு அவர்களுடன் உரையாடினான்.

"சோமு! வேணி! நீங்கள் இருவரும்தான் இந்தக் குழப்பத்திலிருந்து என்னை விடுவிக்க முடியும். நீங்கள் என் வேண்டு கோளையேற்று உடனே இந்தக் கிராமத்திற்கு வந்தாக வேண்டும். அந்த வழக்கு இருக்கிறது - இந்த வழக்கு இருக்கிறது என்றெல்லாம் சொல்லித் தட்டிக்கழிக்கக் கூடாது. என்னுடைய உள்ளத்தை - சோமு! உன்னிடம்தான் திறந்துகாட்ட முடியும்! காமாட்சியின் கதையென்ன என்பதையும் வேணி ஒருத்தியால்தான் தெரிந்து கொள்ள முடியும். ஒரு நாலு நாலு நாள் என் வீட்டில் தங்கும்படியாக நீங்கள் வந்தால் எல்லாப் புதிருக்கும் விடை கிடைத்துவிடும்.

தன்னையறியாமல் படத்தின் முன்னே தான் பேசிக் கொண்டிருப்பதை ம மகேஸ்வரன் உணர்ந்து வெட்கம் கலந்த பெருமூச்சு விட்டுக்கொள்கிறான்.

காலையில் பூந்தோட்டம் அஞ்சல் நிலையத்திற்குச் செல்ல வேண்டும். தொலைபேசி வாயிலாகச் சோமுவிடமும் வேணியிடமும் தொடர்பு கொள்ள வேண்டும். அவர்களை

உட னடியாக அம்பல் கிராமத்துக்கு வரச் செய்ய வேண்டும். அதன் பிறகே எல்லாம் சரியாகும்.

இந்த முடிவுடன் மகேஸ்வரன் தூங்குவதற்கு முயற்சி செய்தான்.

இருளில் வானம் வேகமாக இடி முழக்கம் செய்துகொண் டிருந்தது. மழையும் தொடர்ந்து பொழிய ஆரம்பித்தது. மாரி வீட்டில் செங்கமலமும், நந்தகுமாரும் தாயார் அஞ்சலைக்குப் பக்கத்தில் உட்கார்ந்திருந்தனர். அஞ்சலை, சிகிச்சைக்குப் பிறகு சற்று நலம் பெற்றிருந்தாலும் களைப்புற்றே காணப்பட்டாள். மாரி, ஒரு கிழிந்த பாயில் அழுக்குத் தலை யணையொன்றை வைத்துக்கொண்டு தூங்கிக்கொண்டிருந்தார். மழைத்துளிகள் வீட்டுக் கூரையிலிருந்து ஆங்காங்கு சொட் டிக்கொண்டிருந்தன. செங்கமலம் பானைகளையும், சட்டிகளையும் அந்த இடங்களில் வைத்து ஒழுகும் தண்ணீரால் வீட்டின் தரை நனைந்துவிடாமல் பாதுகாத்தாள். மீண்டும் அஞ்சலை யின் அருகே வந்து உட்கார்ந்துகொண்டாள். அஞ்சலை, செங்க மலத்தின் கையை அழுத்திப் பிடித்தாள்.

"அம்மா!" என்றாள் மகள்!

"செங்கமலம்! எனக்கொன்னும் சாகிறதைப்பத்தி கவலை யில்லம்மா! உன்னை ஒருத்தன் கையில பிடிச்சுக் கொடுத் துட்டா அப்பறம் நிம்மதியா தியா கண்ணை மூடிடுவேன்."

"அதைப் பத்தி இப்ப ஏன்ம்மா அலட்டிக்கிறீங்க? அமைதியா தூங்குங்கம்மா!"

செங்கமலத்தின் கண்கள் கலங்கின.

நந்தகுமாரின் முகத்திலும் சோக ரேகைகள் இழை யோடின. "வெளியூருக்குப் போனானே; உங்க அண்ணன் பொன்னன்.

இன்னம் வரலியா?" என்று கேட்டு வாய் மூடுவதற்குள் "அம்மா!" என்று அழைத்தவாறு பொன்னன் உள்ளே நுழைந்தான்.

மழையால் அவன் உடைகள் நனைந்திருந்தன.

“எப்படாப்பா வந்தே? இன்னைக்குப் பண்ணையார் வீட்ல காவல் இல்லியா?"

ஈனக்குரலில் அஞ்சலை விசாரித்தாள் மகனை!

பொன்னன் அலட்சியமும் ஆத்திரமும் கலந்த தொனியில் "பண்ணையார் வீட்டிலே, எனக்கும் அப்பாவுக்கும் இனிமே எப்போதுமே வேலையில்லை" என்றான்.

"ஆ! என்னடா விபரீதம்?" என்று பதறினாள் அஞ்சலை! இரத்தக் கொதிப்பு அதிகமாயிற்று! அவளால் அதற்குமேல் பேச முடியவில்லை.

"நம்ப தம்பி நந்தகுமார் கூட்டம் கூட்டிப் பேசிட்டானாம். அதனால பண்ணைக்காரரோட கௌரவத்துக்கே குறை வாயிடுச்சாம். அதுக்குத் தண்டனை கொடுத்துட்டாரு பெரிய மனுஷன்!'"

பொன்னன் மீசைகள் துடிக்கப் பற்களைக் கடித்தான்.

"தண்டனை அதுக்காக இல்லம்மா! தருதலைத்தனமா ஒரு பொண்ணை வளக்கிறீங்க! பண்ணையாரு மகனை அவளை வச்சு மயக்குறீங்க! இந்த விஷயம் தெரிஞ்சா பண்ணையாரு சும்மா இருப்பாரா? அதான் கொடுத்தாரு சரியான சூடு!

இந்தக் குரல் வந்த பக்கம் அனைவரும் திரும்பினார்கள்.

வீராயி மழையையும் பொருட்படுத்தாமல் வார்த்தைகளைக் கொட்டிக் கொண்டிருந்தாள். வாசற்படியில் நின்று கொண்டு குடித்துவிட்டுத் தாங்க முடியாத போதையில் தள்ளாடிக் கொண்டிருந்த முனியாண்டியும் "வெட்கக் கேடு" என்று காரித் துப்பினான்.

"என்னடா வெட்கக்கேடு?"

பொன்னன் வெளியே பாய்ந்தான் கொழுத்த மாட்டின் மீது புலி பாய்வது போல!

"உன் தங்கச்சியும் பண்ணையார் மகனும் "ஜல்சா" பண்ணுனதை நானும்' வீராயியும் எங்க நாலு கண்ணால பாத்தோம்டா!"

குடிவெறியில் முனியாண்டி போட்ட கூச்சலில் அஞ்சலை குடிவெ "அய்யோ கடவுளே!" என்று கத்தினாள்.

மாரி, திடுக்கிட்டு எழுந்து வாசல் பக்கம் ஓடினார்.

அதற்குள் முனியாண்டியும் பொன்னனும் மோதிக்கொள்ளத் தொடங்கிவிட்டனர்.

செங்கமலமும் நந்தகுமாரும் "அண்ணா! அண்ணா!" என்று கூவியவாறு பொன்னனைத் தடுத்தனர். மாரியும் தன் குரலில் வலுவுள்ளவரையில் கத்திப் பார்த்தார்.

முனியாண்டியும் பொன்னனும் தெருவில், மழையில் கட்டிப் புரண்டு உருண்டனர். தெருவில் உள்ளோர் கூடி விட்டனர். அவர்களும் இரு பகுதியாகப் பிரிந்து, முனியாண்டி -வீராயி பக்கம் நியாயத்தை ஒரு சாராரும் -மாரி வீட்டார் நியாயத்தை ஒரு சாராரும் பேசினர்.

ஒருவாறு முனியாண்டி மயக்கமுற்று வீழ்ந்தபிறகு அந்தப் போராட்டம் நின்றது. வீராயி, முனியாண்டியைத் தூக்கி- நாளைக்குப் பாத்துக்கலாம் அய்யா! வாய்யா! என்று ஊக்கப் படுத்தினாள். அதேசமயம் - பண்ணையார் மகனும் செங்கமலமும் ஊர் சிரிக்கும் வேலையில் ஈடுபட்டு அந்தக் காலனியின் மானத்தையே வாங்குவதாக ஒரு பெரிய பிரசங்கமே செய்து முடித்தாள் வீராயி!

வீராயியும் முனியாண்டியும் போனதும் மாரி, பொன்னன், செங்கமலம், நந்தகுமார் ஆகிய நால்வரும் வீட்டுக்குள் நுழைந்தனர். தெருவில் அத்தனை பயங்கரமான நிகழ்ச்சிகளும் பேச்சுக்களும் கூச்சல்களும் இருந்தும்கூட வீட்டுக்குள்ளே அஞ்சலை, அமைதியாகப் படுத்திருந்தாள். அவள், இரு விழிகளிலும் கண்ணீர் வழிந்து காதோரம் கொட்டிக் கொண்டிருந்தது.

மாரி, அருகே சென்று "அஞ்சலை" என அழைத்தவாறு அவள் நெற்றியில் கை வைத்தார். அவள் உடல் ஜில்லிட்டுப் போயிருந்தது. சில விநாடிகளுக்கு முன்புதான் அவள் கடைசி மூச்சு விட்டிருக்கிறாள்.

அத்தியாயம் : 12

அஞ்சலையின் முடிவு கண்டு அவள் கணவன் மாரியும், அவள் பெற்ற மக்களும் வடித்த கண்ணீருக்குப் போட்டியாக வானமும் கண்ணீர் வடித்துக்கொண்டிருந்தது.

அஞ்சலையின் உடலைச் சுற்றி உட்கார்ந்திருந்த அந்தக் குடும்பத்தின் உள்ளக் குமுறல்களை அதிர்ந்திடும் இடிமுழக்கங்கள் எதிரொலித்துக் கொண்டிருந்தன.

இருபத்தைந்து ஆண்டுகளுக்கு மேலாக மாரியின் வாழ்க்கைக்குத் துணையாக இருந்து, இரண்டு பிள்ளைகளையும் ஒரு பெண்ணையும் பெற்று அவர்களையும், அந்தச் சாதாரண சூழ் நிலையில் வளர்த்து ஆளாக்கி, அந்தக் குடும்பத்தின் மேன்மைக்காக உழன்றுகொண்டிருந்த ஒரு உருவம், இனி எந்தக் கவலையும் பட வேண்டிய அவசியமில்லையென்று நிம்மதியாக உறங்கிக் கொண்டிருந்தது. "அஞ்சலை! என்று அழைத்தவுடன் மாரிக்கு முன்னால் வந்து நின்று 'என்னங்க வேணும்? " என்று அடக்க ஒடுக்கத் தோடு அன்பு ததும்பக் கேட்கும், அதே அஞ்சலையை இப்போது எத்தனை தடவை, மாரி - கூவிக் கூவி அழைத்தாலும் அவள் எழுந்து "ஏன்? என்ன?" என்று கேட்பதாக இல்லை.

மாரியின் விழிகளில் நீர் வழிந்து கொண்டிருந்தது.

இருவரும் வாழ்ந்த கடந்த காலம் அவரது அகக்கண்ணில் உருண்டு கொண்டிருந்தது.

இருபத்தைந்து ஆண்டுகளுக்கு முன்பு அவர்களது முதல் இரவுக்கு அஞ்சலையின் வீட்டார் வாங்கிக்கொடுத்த அந்தப் பட்டுப்பாயின் மீதுதான் அஞ்சலையின் உடல் கிடத்தப்பட்டிருந்தது. ஆனால் அந்தப் பாய், பல இடங்களில்

கிழிந்தும் நைந்தும் பளபளப்பு இழந்தும் இருந்ததைப் போலவேதான், அன்று பருவ மங்கையாக அந்த வீட்டில் அடியெடுத்து வைத்த அஞ்சலையும் உழைத்து அலுத்துக் களைத்துப்போய் அந்தப் பட்டுப்பாயாகத் தோற்றமளித்தாள் மாரியின் கண்களுக்கு!'

கழனியில் வேலை செய்யப் போகும்போது கடும் வெயிலில் அஞ்சலை, கஞ்சிக் கலயம் சுமந்து வளைந்துகொண்டு வரப்புக்களின் மீது நெளிந்து வரும் காட்சியைத் தொலைவிலிருந்து நாள்தோறும் ரசித்து மகிழ்ந்ததை மாரியினால் மறந்துவிட முடியுமா?

பொன்னனோ, செங்கமலமோ, நந்தகுமாரோ, பிறந்த போதெல்லாம் பச்சைக் குழந்தைகள் என்றும் பாராமல் தூக்கிக் கொண்டு வந்து, வயலோரத்து மரக்கிளைகளில் துணியால் தொட்டில் கட்டி அதில் போட்டுவிட்டுக் கணவனுடன் சேர்ந்து உழவு வேலைகளில் ஈடுபடுவாளே; அந்தச் சலியாத உழைப்பை எண்ணி யெண்ணி மாரி பெருமைப்பட்ட காலமெல்லாம் மனத்திரையை விட்டு மறைந்துவிடக்கூடியதா?

"அம்மாவின் இரத்தக் கொதிப்பு அதிகமாகித் திடீர் என்று இறந்துவிட்டதற்கு நான்தானே காரணம்! நான் பொதுக்கூட்டம் போட்டுப் பேசாவிட்டால்; அப்பாவையும் அண்ணனையும் பண்ணையார் வேலையை விட்டு விலக்குவாரா? அந்த அதிர்ச்சிதானே அம்மாவைப் பாதித்து விட்டது!"

நந்தகுமாரின் நெஞ்சம் புலம்பியது.

"பண்ணையார் மகனுடன், என் தகுதியை மறந்து பழகி விட்டதுதானே இவ்வளவு விபரீதத்துக்கும் காரணம். இல்லா விட்டால் அந்த வீராயியும் முனியாண்டியும் எங்க அம்மாவை இப்படிக் கொதிப்படையச் செய்திருக்க முடியாதே! மகளால்

அவமானம் வந்துவிட்டதேயென்றுதானே அம்மா எங்களை விட்டுப் போய்விட்டார்கள்?"

செங்கமலத்தின் இருதயம் இப்படி அழுதது.

மழையின் வேகம் அதிகரித்தது.

இடியும் மின்னலும் ஓயவே இல்லை.

அந்தக் காலனி, சிறியதோர் ஏரி போலாயிற்று. அந்த ஏரியில் இருளில் மிதக்கும் படகுகளைப் போல காலனிக் குடிசைகள் பெருங்காற்றில் அசைந்தாடிக் கொண்டிருந்தன.

இரவு முழுதும் மழை விடவில்லை. பொழுது விடிந்தும் தூறல் நின்றபாடில்லை.

அந்தக் கிராமம் முழுவதுமே பல பகுதிகளில் மழை நீர் வெள்ளம் போல் பாய்ந்து கொண்டிருந்தது. பஞ்சாயத்துச் சாலைகள் எல்லாம் கூடத் துண்டிக்கப்பட்டுப் போயின. ஒவ்வொரு வயலும் ஒரு குளம் போலாகியது. அஞ்சலையின் உடலை அடக்கம் செய்ய எல்லா ஏற்பாடுகளும் நடைபெற்றன.

முனியாண்டி, வீராயி இருவர் மட்டும் அந்த வீட்டுப்பக்கம் வரவே இல்லை.

காலனியில் உள்ள உற்றார் உறவினர், அக்கம்பக்கத்து ஊரில் உள்ள சொந்தக்காரர்கள் எல்லோருமே வந்து சேர்ந்து விட்டனர்.

மாரியின் குடும்பத்தில் பரம்பரையாக இறந்தவர்களைப் புதைப்பதுதான் வழக்கமென்பதால் அதற்கேற்றவண்ணம் காரியங்கள் கவனிக்கப்பட்டன.

செங்கமலம், மூர்ச்சித்து விழ -பொன்னனும், நந்தகுமாரும் தேம்பியழுதவாறு பின்தொடர - மாரி தள்ளாடித் தள்ளாடி நடந்திட அஞ்சலையின் இறுதி யாத்திரை தொடங்கிற்று.

இடுகாட்டிலே பிரிவுகள் இருப்பதைப் போன்று இடுகாட்டுக்குச் செல்லும் பாதையிலும் பிரிவுகள் உண்டே, கிராமங்களில்!

வாழும்போது மனிதர்களைப் பிரித்து வைக்கும் சாதி வெறி; அவர்கள் இறந்த பிறகாவது தணிந்து விடுகிறதா? இல்லையே! தாழ்த்தப்பட்டோர் பிணங்கள் செல்வதற்கும் ஒரு குறிப்பிட்ட வழியை அல்லவா நிர்ணயித்து வைத்திருக்கிறது!'

அஞ்சலையின் சவத்தையும் அந்த வழியாகத்தான் தூக்கிச் சென்றார்கள்! அது ஒரு ஒற்றையடிப்பாதை. அதில் சவத்தைத் தூக்கிச் செல்வது சாதாரண காலத்திலேயே சங்கடமாக இருக்கும். பெருமழையின் காரணமாக நல்ல பாதைகளே பாழ்பட்டுக் கிடக்கும்போது; இடுகாட்டுப் பாதை -அதுவும் தாழ்த்தப்பட் டோருக்கான இடுகாட்டுப் பாதையின் நிலையைக் கேட்க வேண்டுமா?

வழியே கண்ணுக்குத் தெரியாமல் ஒரே வெள்ளக் காடாக இருந்தது. சவ ஊர்வலம் சற்றுத் திகைத்து நின்றது.

"அதோ! அந்தத் தெரு வழியாப் போகலாம்" என்று ஊர் வலத்தில் சென்ற ஒருவர் சொன்னார்.

"அதுவே சரி!" என்று மற்றவர்களும் ஆமோதித்தனர்.

வழக்கமான பாதையில் போக முடியாத காரணத்தால் சவ ஊர்வலம் அந்தத் தெருவுக்குள் நுழைந்தது!

தாழ்த்தப்பட்டோரல்லாதார் வசிக்கும் தெரு அது!

"ஏய் நில்லுங்கடா!" என்ற கூச்சலுடன் அந்தத் தெருவில் வசிப்பவர்கள் கம்பு கழிகளுடன் அஞ்சலையின் சவ ஊர்வலத்தை மறித்துக் கொண்டனர். இரு தரப்பாரும் மோதிக் கொள்ளத் தயாராகி விட்டனர்.

"இந்தப்பாதையிலேதான் போவோம்!"

"முடியாது. போக விடமாட்டோம்."

தொடர்ந்து இழிவான சொற்கள் இருபுறமிருந்தும் சுடு சரங்களாகப் பாய்ந்தன.

நந்தகுமார், தன் தாயின் சவத்திற்கு முன்னால் ஓடி - எதிரே கோபக்கனலுடன் நின்று கொண்டிருந்த அந்தத் தெருவாசிகளைப் பார்த்துக் கெஞ்சும் குரலில் பேசினான். அவனது நா தழுதழுத்தது! இடையிடையே உணர்ச்சியை அடக்கிக்கொள்ள முடியாமல் அழுதான்.

"அய்யா! பெரியவர்களே! என் தாயின் சவத்தை அமைதியாக அடக்கம் செய்ய வழிவிடுங்கள்! அதோ, அந்த வழக்கமான பாதை - பகவானால் புறக்கணிக்கப்பட்ட இந்தப் பாவிகள் செல்ல வேண்டிய பாதை - வெள்ளத்தால் மூழ்கிக் கிடப்பதைப் பாருங்களய்யா! தயவுசெய்து கண்ணைத் திறந்து பாருங்களய்யா! மனமிரங்கி வழிவிடுங்கள்!"

நந்தகுமாரின் உள்ளமுருக்கும் கோரிக்கையை அந்தத் தெருவினர் காதில் போட்டுக் கொள்ளவே இல்லை!

"மரியாதையா திரும்பிப் போங்க! இல்லேன்னா, பிணத்தைப் பாடையோட கீழே தள்ளி உருட்டுவோம்!"

இந்த மிரட்டலைக் கேட்டவுடன், பொன்னன் பொங்கி யெழுந்தான்.

"உருட்டுவீங்க! உருட்டிப் பாருங்க; என்ன நடக்குதுன்னு தெரியும்! உருட்டுறவன் தலை முதல்லே உருளும்!"

பெரிய விபரீதம் ஏற்படப் போகிறது என்ற அச்சம் ஆட்கொள்ள மாரி, துடிதுடித்துப் போய் பொன்னனை அமைதிப் படுத்த ஓடினார்.

"சும்மா இருங்கப்பா! திரும்பிப் போறதாம் - திரும்பி! அரிஜனப் பிணம்ன்னா அவ்வளவு கேவலம்! அது வந்த வழியே திரும்பிப் போகணுமா? முடியவே முடியாது! இந்த வழியாத்தான் போய் ஆகணும்!" பொன்னன் மேலும் சீறினான்.

மாரி, அந்தத் தெருவில் உள்ளவர்களைப் பணிவோடும், பரிவோடும் பார்த்து; "அய்யா! மன்னிச்சுக்கிங்க! இது சாவு சமாச்சாரம்! ஏற்கனவே துக்கத்திலே இருக்கிற எங்களை மன்னிச்சுக் கொஞ்சம் ஆறுதலா வழியை விடுங்க! மழை பேஞ்சி, வெள்ளம் வந்து பாதையை மூடாம இருந்தா நாங்க அந்த வழியாத்தானே போயிருப்போம். கொஞ்சம் கருணை காட்டுங்க புண்யவான்களே!" என்று வேண்டினார்.

"ஏ, கிழவா! உனக்கும் ஒரு பாடை கட்டுவோம் மரியாதையா திரும்பிப் போங்க! அவ்வளவுதான் சொல்ல முடியும்."

மாரியின் வேண்டுகோளுக்குக் கிடைத்த பதில் இப்படித் தான் இருந்தது. உருக்கமாகவும் அமைதியாகவும் பேசித் தோற்றுவிட்ட நந்தகுமார் வீராவேசங் கொண்டான்.

"உயர்ந்த சாதிப்பிணம் செல்ல ஒரு வழி - தாழ்ந்த சாதிப் பிணம் செல்ல ஒரு வழியென்று வகுத்தது யாரய்யா? உயர்ந்தோனைப் புதைக்க எரிக்க - ஒரு இடுகாடும் சுடுகாடும்; தாழ்ந்தோனைப் புதைக்க எரிக்க மற்றொரு இடுகாடும் சுடுகாடும் என்று பிரித்து எழுதி வைத்த பித்தன் யார்?

இடுகாடுகளில் இந்த பேதம் என்றால் இறந்தவர் சென்றடைவதாகச் சொல்லுகின்ற சொர்க்கம் நரகத்திலும் உயர்ந் தோருக்கு ஒரு சொர்க்கம்; தாழ்ந்தோர்க்கு ஒரு நரகம் என்ற பேதம் வகுத்துக்கூறும் வேதம் ஏதாவது இருக்கிறதா? இதுவரையில் உங்களிடம் நாங்கள் விடுத்தது வேண்டுகோள்! கேட்டது சலுகை! இனிமேல் விடுப்பது எச்சரிக்கை! கேட்பது உரிமை! அதற்கு முன்பே திருந்திக் கொள்ளுங்கள்! என் தாயின் சவம் செல்ல வேண்டுமென்பதற்காக அல்ல! இனிமேல் எங்கள் தாழ்த்தப்பட்டோர் சவம் செல்வதற்கு என்று தனியாக ஒரு பாதை என்ற கொடுமையை ஒழித்தே தீரவேண்டும். அந்தச் சூளுரையை -இதோ பிணமாக இருக்கும் என் அன்புத்தாயின் மீது ஆணையிட்டு நான் மேற்கொள்கிறேன்! உம்! வழிவிடுங்கள்!"

நந்தகுமாரின் வீர உரை கேட்டு அந்தத் தெருவினர் பணிந்து விடவில்லை.

கம்புகளும் கழிகளும் ஓங்கப்பட்டன. பெரிய கற்களைத் தூக்கிக்கொண்டு முரட்டு வாலிபர்கள் விழிகளை உருட்டிய வண்ணம் முன்னோக்கிப் பாய்ந்து பாய்ந்து வந்தனர். பொன்னனும் ஒரு பெருங் கல்லைத் தன் இரு கரங்களிலும் தூக்கிக்கொண்டு முன்னேறினான்.

சவ ஊர்வலத்தில் வந்தவர்கள் அனைவருமே அந்தச் சமருக்குத் தயாராயினர். அந்தச் சமயத்தில் மழை நீரில் நீந்தியவாறு மகேஸ்வரனின் கார் வந்து அங்கே நின்றது.

காரின் ஒலி கேட்டு அனைவரும் திரும்பிப் பார்த்தனர். காரிலிருந்து மகேஸ்வரன் இறங்கி, அஞ்சலையின் பாடை நின்ற இடத்துக்கு வந்தான். அந்தப் பாடையைத் தூக்கி வந்த நாலு வாலிபர்களில் ஒருவனை விலக்கிவிட்டு, அந்தப் பக்கத்துப் பக்கத் பச்சை மூங்கிலுக்கு மகேஸ்வரன் தோள் கொடுத்தான்.

எல்லோரும் அயர்ந்து போய் திகைப்புற்று நின்றனர்.

"உம்! போகலாம்" என்று கூறிக்கொண்டே மகேஸ்வரன் மற்றவர்களுடன் பாடையைத் தூக்கிக்கொண்டு நகர்ந்தான் அதே தெருவின் வழியாக.

அந்தத் தெருவில் உள்ளவர்கள் எதுவும் பேசாமல் ஒதுங்கி நின்றனர்.

"தெருவைக் கடந்து அஞ்சலையின் சவ ஊர்வலம் இடு காட்டை நோக்கிப் போயிற்று. தெருவில் ஒதுங்கி நின்றவர்களிலே ஒரு பெரியவர், தன் ஆத்திரத்தையெல்லாம் வெளியே கொட்டி, "இதை சும்மா விடக்கூடாது!" என்று உரக்கக் கத்தினார். அந்தத் தெருவாசிகள் அனைவரும் அவரைச் சூழ்ந்து கொண்டனர்.

அத்தியாயம் : 13

பண்ணையார் வீட்டு வாசலில் பெருங்கூட்டம் கூடி நின்றது. அஞ்சலையின் சவத்திற்குத் தோள்கொடுத்து அந்தத் தெருவின் வழியாகவே மகேஸ்வரன் தூக்கிக்கொண்டு போன போது; திடீரென அமைதியாகிவிட்ட அந்தத் தெருவின் ஒரு மூலையிலிருந்து "இதை சும்மா விடக்கூடாது " என்று உரத்த குரல் கொடுத்தாரே; அந்தப் பெரியவர்தான் பண்ணையார் வீட்டு வாசலில் கூடியிருந்தோருக்குத் தலைமை வகித்தார். பண்ணையார் பரமேஸ்வரன்; அவர் பெயருக்கேற்ப நெற்றிக்கண்ணைப் பெற்றிருந்தாரேயானால் அங்கே ஒரு ஓரத்தில் வாயிற்படிகளுக்கும் கீழே தெருவில் நின்று கொண்டிருந்த மகேஸ்வரனைச் சுட்டெரித்திருப்பார். நெருப்பு மழைக்கிடையே ஒரு மல்லிகை மலர் வாடாமல் வதங்காமல் கொடியில் காட்சி யளிக்கும் விந்தையைப் போல, அந்தச் சூழ்நிலையில் மகேஸ்வரன் காட்சியளித்துக் கொண்டிருந்தான்.

"உங்க கிட்ட ஒரு மதிப்பு மரியாதை இந்த ஊர்ல உள்ளவங்கள்ளாம் வச்சிக்கிட்டு இருக்கோம்னா அது உங்களோட பணம் காசுக்குப் பயந்துகிட்டு இல்லிங்க! நிலம் நீச்சுலே வேலை பாக்கிறோம்கிற அந்த எண்ணத்திலே கூட இல்லிங்க! ஏதோ பெரிய மனுஷன் - நாலு பேருக்கு நல்லவரு -ஆச்சார அனுஷ்டானத்திலே கறாரா இருக்கிறவரு! உங்க தெய்வ பக்தியாலயும், சாஸ்திர சம்பிரதாயங்கள்ள நீங்க காட்டுற அலாதி மரியாதையாலயும் இந்த ஊரே சுபீட்சமா இருக்கு; அப்படின்னுதான் எங்களுக்கெல்லாம் அய்யா மேல தனி அன்பு! மதிப்பு! அப்படிப்பட்ட வீட்டுப் பிள்ளையே இப்படியொரு காரியத்தை செஞ்சா நாங்க யாருகிட்டப் போயி சொல்றது? உங்க முகத்துக்காகப் பாத்தோம்! இல்லேன்னா, உங்கப் பையன் அந்த அரிஜனப் பிணத்தைத் தூக்கிகிட்டு எங்க தெருவழியாப் போயிருக்க முடியுமா? வேற ஒருத்தரா

இருந்தா காலை முறிச்சிருப்போம்! பெரிய ரணகளமே நடந்திருக்கும்.'

அந்தப் பெரியவர் மூச்சு விடாமல் பேசிக்கொண்டிருந்தார்.

"உங்க ஆத்திரம் எனக்குப் புரியுது! உங்க உணர்ச்சிகளை அலட்சியப்படுத்துற அளவுக்கு எனக்கு ஒண்ணும் அகம்பாவம் ஏற்பட்டு விடலே! சம்பிரதாயத்துக்கு விரோதமா, ஒரு அக்கிரமம் நடக்கிறதை அனுமதிக்காம நீங்க எல்லாம் சேர்ந்து என் மகனோட காலை முறிச்சிருந்தாலும் நான் அதுக்காக உங்கமேல வருத்தப்பட்டிருக்க மாட்டேன்; கோபப்பட்டிருக்க மாட்டேன். நீங்க செஞ்சது நியாயம்தான்னு சொல்லியிருப்பேன்."

பண்ணையார் உடம்பெல்லாம் வியர்வை வழிந்தது. வர்ணாஸ்ரம தர்மத்துக்கு விரோதமாகச் செயல்பட்ட தன் மகனுக்கு இப்படியொரு தண்டனை கொடுப்பதுகூடப் பொருத்தம் தான் என்று அவர் உதடுகள் மட்டும் உச்சரிக்கவில்லை. அவரது உள்ளமே குமுறிக்கொண்டிருந்தது. மகேஸ்வரன், சலனமின்றித் தன் தகப்பனாரைப் பார்த்தான்.

"அப்பா! இப்போதுகூடக் காலம் தவறிவிடவில்லை. நீங்களே கூட என் காலை முறிக்கலாம்! அல்லது இதோ நிற்கிறார்களே; மனிதாபிமானத்தைக் காப்பாற்ற மறந்து; மதத்தையும், சாதியையும் காப்பாற்றுவதற்காகக் கங்கணம் கட்டிக் கொண்டு; இவர்களுக்காவது அந்த அனுமதியைக் கொடுங்கள்! என் காலை முறிக்கட்டும் கழுத்தை நெறிக்கட்டும்! ஆனால் ஒன்று - என் காலையோ கழுத்தையோ இன்று முறித்து நெறித்துவிடலாம்; எதிர்காலத்தில் - அதுவும் கூடியவிரைவில் சாதி ஆணவத்தின் கால்களும் - மூடநம்பிக்கையின் முது கெலும்பும் - தீண்டாமைக் கொடுமையின் குரல்வளையும் - வெட்டப்பட்டு முறிக்கப்பட்டு, நெறிக்கப்பட்டு - இந்த நாடு உண்மையான விடுதலையைப் பெறப்போகிற நிகழ்ச்சியை யாராலும் தடுக்க

முடியாது! உம்! உத்தரவிடுங்களப்பா ஊரே கூடி வந்திருக்கிறது உங்களிடம் என் மீது வழக்குத் தொடுத்து! தீர்ப்பைச் சீக்கிரம் வழங்குங்கள்; என்னையே தீர்த்துக்கட்டச் சொல்லி!"

மகேஸ்வரன் அமைதியாகத் தொடங்கி, அனற்பிழம்பெனச் சொற்களைக் கொட்டியது கண்டு பண்ணையார் ஒன்றும் பயந்து விடவும் இல்லை. அவன் மீது பரிவு காட்டுகிற உணர்ச்சியும் கொண்டிடவில்லை.

"தீர்ப்பு வழங்கத்தாண்டா போறேன். உன் காலை ஒடிக்கிற தீர்ப்பு அல்ல! இனிமேல் உன் கால் இந்த வீட்ல படக்கூடா துங்கிற தீர்ப்பு! இனி இந்த வீட்டுக்குள்ளே நீ நுழையணும்னா; கோர்ட்டுக்குத்தான் போக வேண்டும். அப்படியே கோர்ட்டுக்குப் போயி, உனக்குச் சாதகமாக தீர்ப்பு வாங்கிட்டு வந்துட்டாலும் -நீசனாகிவிட்ட நீதான் இந்த வீட்ல வாழலாம்! ஆச்சார அனுஷ்டானங்களை எங்க ஆத்மாவோட இணைச்சுக்கிட்டிருக்கிற நானும், உங்க அம்மாவும், உன் தங்கை காமாட்சியும் இந்த வீட்ல வாழவா மாட்டோம்! என் என்னடா சொல்றே? என் மேல கேசு போட கோர்ட்டுக்குப் போறியா? இல்லேன்னா; இந்த அம்பல் கிராமத்து அரிஜனக் காலனியிலேயே நீ ஒரு குடிசை கட்டிக்கிறியா?"

பண்ணையார் பேச்சில் தடுமாற்றமில்லை. உறுதியிருந்தது. மகேஸ்வரனின் தாயாரும், தங்கை காமாட்சியும் ஜன்னல் வழியாகத் தெரு வாசலில் நடைபெறும் அந்த உத்வேகமான வாக்கு வாதத்தை இமைகொட்டாமல் பார்த்துக் கொண்டிருந்தனர். மகேஸ்வரன், தன் தந்தையின் கேள்விக்கு விடையளிப்பதற்கு முன் கலகலவெனச் சிரித்துவிட்டான்.

"நான் வக்கீல் தொழில் பார்த்துச் சென்னையில் வாங்கிய வீடு இருக்கிறது. இதோ இந்தக் கார் எனக்குச் சொந்தமான கார். உங்கள் மீது வழக்குப் போட்டு இந்த வீட்டின் உரிமையைப் பெறவேண்டுமென்று நான் அலையப் போவதில்லை!

என்றாலும் எனக்கு ஒரு தண்டனை விதித்தீர்களே; அரிஜனக் காலனியில் குடிசை போட்டுக்கொண்டு வாழச் சொல்லி; அந்தத் தண்டனையை நான் மனமார ஏற்றுக்கொள்கிறேன். இன்றைக்கே குடிசை போடும் வேலையை ஆரம்பிக்கிறேன். வருகிறேன்; ஊர்ப் பெரியவர்களே! வணக்கம்."

இவ்வாறு கூறிவிட்டு மகேஸ்வரன், தன் காரின் முன்பகுதியில் போய் அமர்ந்து காரை ஓட்டுவதற்குத் தயாரானான்.

ஜன்னலருகே நின்றுகொண்டிருந்த பார்வதியம்மாளும் காமாட்சியும் பதறிப்போய் வெளியே ஓடி வந்தனர்.

"நில்லுங்க! எங்கே போறீங்க?" என்று பண்ணையார் போட்ட கூச்சலில் இருவரும் அப்படியே நடுநடுங்கித் தெருவாயிற் படியிலேயே நின்றுவிட்டனர்.

மகேஸ்வரன் அவர்களைப் பார்த்துவிட்டுக் காரிலிருந்து இறங்கி வந்தான்.

சற்றுத் தொலைவில் நின்றுகொண்டே, காமாட்சியிடம் சொன்னான்: "இன்றோ நாளையோ சென்னையிலிருந்து சோமுவும் வேணியும் வருவார்கள். வந்தால் நாலு நாள் தங்குவார்கள். ஒருவேளை என் நண்பன் என்பதற்காக சோமுவையும் அவன் மனைவியையும் விரட்டிவிடாதீர்கள். வேணி, உன் தோழி என்பதற்காகவாவது வீட்டில் இடம் கொடுங்கள்."

காமாட்சி பதில் கூறாது நின்றாள். அவளுடைய பதிலை எதிர் பார்க்காமலே மகேஸ்வரன், காரில் ஏறிப் புறப்பட்டான். பண்ணையார், காற்றின் அசைவே இல்லாத இடத்தில் இருக்கும் மரம் போல நின்றுகொண்டிருந்தார். பார்வதியின் கண்கள் கலங்கியிருந்தன. காமாட்சி, அண்ணனின் கார் போகும் திசையையே பார்த்துக்கொண்டிருந்தாள். ஊரார்,

ஒவ்வொருவராகப் பண்ணையார் வீட்டு வாசலை விட்டு நகர்ந்தார்கள்.

எந்தவிதக் கலக்கமுமின்றி காரை மெதுவாக ஓட்டிச்சென்று கொண்டிருந்த மகேஸ்வரன், சாலையோரத்து சிறிய மதகு ஒன்றில் தலையில் கையை வைத்துக்கொண்டு அமர்ந்திருந்த நந்தகுமாரைரைக் கண்டதும் காரை நிறுத்தினான்.

"ஏன் வீட்டுக்குப் போகாம இங்கே உட்கார்ந்திருக்கிறே?"

"வீட்டிலே, அக்கா ஒரே அழுகை! அப்பா முழங்காலைக் கட்டிக்கிட்டு உட்கார்ந்திருக்கார். அண்ணன் திண்ணையிலே படுத்து அம்மா நினைப்பிலே கண்ணீர் வடிச்சுக்கிட்டு இருக்கார். எனக்கு அங்கே நிம்மதியில்லை. அதான் இப்படித் தனியா வந்து உட்கார்ந்திருக்கேன்.!"

"சரி! சரி! வீட்டுக்குப் போயி அவுங்களை சமாதானப்படுத்து! நந்தகுமார்! எனக்காக ஒரு உதவி செய்யணும்; முடியுமா உன்னால்?"

நந்தகுமார், அன்பு உணர்ச்சி பொங்கிட மகேஸ்வரனிடம் சொன்னான்: "எந்த உதவியும் செய்யத் தயார்!" என்று!

"விவரமெல்லாம் எதுவும் கேட்காதே! நான் சிதம்பரம் போகிறேன். என்னுடைய நண்பன் ஒருத்தன் வர்ரான்; அவனை அழைக்கிறத்துக்காக! அநேகமாக நாளைக்குத் திரும்பிடுவேன். அதுக்குள்ளே, உங்க காலனிக்குப் பக்கத்திலே எனக்கு ஒரு தனிக் குடிசை கட்ட ஆரம்பிக்கணும். இந்தா பணம் ஆரம்பச் செலவுக்கு வச்சுக்க! பாக்கிப் பணத்தை அப்புறம் தர்ரேன். ரொம்ப சின்னக் குடிசை!... சிக்கனமா இருந்தாப் போதும்! என்ன திகைக்கிறே? ஏன் அப்படி முழிக்கிறே? ஊருக்குள்ளே போனீன்னா எல்லா விவரமும் உனக்குத் தெரியும். அதனால என்கிட்ட விளக்கம் கேட்காதே! உடனே வீட்டு வேலையைத் தொடங்கிடு! நான் வர்ரேன்."

இவ்வாறு சொல்லிக்கொண்டே நந்தகுமாரை எதுவும் பேசவிடாமல் செய்துவிட்டு, காரில் ஏறி வேகமாக மகேஸ்வரன் புறப்பட்டான்.

நந்தகுமாருக்கு உடனடியாக எதுவும் புரியவில்லை யென்றாலும் ஊருக்குள்ளே சென்று விசாரித்ததும் பண்ணையார் வீட்டில் நடந்த நிகழ்ச்சி முழுவதையும் அறிந்துகொள்ள முடிந்தது. தானும் தன்னுடைய இறந்துபோன தாயாரும் மகேஸ்வரனின் வாழ்வுக்கே இடையூறாக ஆகிவிட்டோமேயென்று அவன் மிகுந்த கவலை கொண்டான்.

வீட்டுக்குச் சென்று, மகேஸ்வரனை ஊரார் எதிர்த்துப் பண்ணையார் வீட்டில் புகார் செய்ததையும், அதன் விளைவாக அவன் அரிஜனக் காலனியில் குடிசை போட்டுக் குடியிருக்கத் தீர்மானித்துவிட்டதையும் தந்தையிடமும் அண்ணனிடமும் விவரித்தான். அருகிருந்து கேட்டுக் கொண்டிருந்த செங்கமலத்தின் உள்ளம் படபடத்தது! மகேஸ்வரனின் வாழ்க்கையில் தன்னுடைய பங்கு; அவனை எந்த அளவுக்குப் பாதிக்கப்போகிறதோ என எண்ணி அவள் துடித்துக்கொண்டிருந்தாள். மகேஸ்வரனின் விருப்பப்படியே குடிசையொன்றை அமைக்கும் பொறுப்பைத் தானே ஏற்றுக்கொள்வதாகச் சொல்லி, நந்தகுமாரிடமிருந்து பொன்னன் பணத்தைப் பெற்றுக்கொண்டான்.

இரத்த ஆறு ஓடக்கூடிய அளவுக்குப் பெருங்கலகம் நடந்திருக்க வேண்டிய நிலைமையை ஒரு நொடியில் மாற்றியது மட்டுமல்லாமல், தன் தாயாரின் சவத்தையும் தன் தோளில் தூக்கிக் கொண்டு இடுகாடு வரையில் நடந்து வந்த மகேஸ்வரனின் பெரிய உள்ளத்தைப் பொன்னனால் மறக்க முடியவில்லை. இன்றைக்கே அந்தக் குடிசை அமைப்பதற்கான வேலைகளை மேற்கொள்வதாகத் தம்பியிடம் கூறிவிட்டு அவன் புறப்பட்டான்.

சோமுவும் வேணியும், தன்னிடம் தொலைபேசியில் தெரிவித்தவாறு சிதம்பரத்திற்கு விடியற்காலை வந்து சேரும் ரயிலில் நிச்சயம் வந்துவிடுவார்கள் என்ற நம்பிக்கையோடு மகேஸ்வரன், சிதம்பரம் ரயிலடியில் காத்திருந்தான்.

எதிர்பார்த்தவாறு இருவரும் வந்து சேர்ந்தார்கள். அன்புடன் வரவேற்ற மகேஸ்வரன் அவர்களைத் தன் காரில் ஏற்றிக் கொண்டு, சிதம்பரம் பயணிகள் விடுதியொன்றுக்குச் சென்றான். சோமு, வேணி இருவருக்கும் ஏற்பாடு செய்யப்பட்ட அறையில் அவர்களைத் தங்கச் சொல்லிவிட்டுத் தான் பக்கத்து அறையில் ஓய்வெடுப்பதாகக் கூறி அவர்களிடம் விடை பெற்றுக் கொண்டான்.

தாங்கள் அவ்சரமாக அழைக்கப்பட்ட காரணத்தை அறிந்துகொள்ள சோமு விரும்பினார். "எல்லாம் காலையில் பேசிக்கொள்ளலாம். முதலில் ஓய்வு எடுங்கள்" என்றவாறு அவர்களின் அறைக் கதவைச் சாத்திவிட்டு, மகேஸ்வரன் தனது அறைக்குச் சென்றான்.

அத்தியாயம் : 14

பயணம் செய்த களைப்பில் நன்கு தூங்கிவிட்ட சோமுவும் வேணியும் காலையில் எட்டு மணிக்கு மேல்தான் எழுந்து ஒன்பது மணி அளவில் தங்களைத் தயார்ப்படுத்திக் கொண்டார்கள்.

"கொஞ்சம் மன்னித்துக்கொள்ள வேண்டும்! சோமுவும் நானும் சிறிது நேரம் தனியாகப் போய்விட்டு வர வேண்டும்" என்றான் மகேஸ்வரன்!

"ஓகோ! வருங்கால வாழ்க்கைத் துணைவி இந்த ஊர்லே தான் பார்த்தாகுதா?... அந்த அதிர்ஷ்டக்காரியை உங்க நண்பர் மட்டுந் தான் பார்க்கலாமா? எனக்கு அனுமதி கிடையாதா?"

ஒரு குறும்புச் சிரிப்பு! செல்லக் கோபம்! வேணிக்கேயுரிய கேலி!

"வருங்கால வாழ்க்கைத் துணைவியை அநேகமாக நிச்சயம் செய்துவிட்டேன். ஆனால் இந்த ஊரிலே இல்லை. அதற்கு முன்பு ஒரு பெரிய பிரச்சினை. அவிழ்க்க முடியாத முடிச்சு. அதுக்காகத்தான் உங்கள் இருவரின் உதவியை நாடியிருக்கேன். சோமுவுக்குத் தெரிஞ்சா உனக்குத் தெரியாமலா போய்விடும். என்னோடு தனியா வர சோமுவுக்கு உத்திரவு கொடு வேணி!"

மகேஸ்வரன், மிகப் பணிவாகக் குழைவுடன் கேட்டான். சோமு, மகேஸ்வரனின் முதுகில் அடித்து "ஏய்! என்னை என்ன; வீட்டுக்காரிக்கு அடிமைன்னா நினைச்சுகிட்டே? வேணி உத்திரவு பெற்றுத்தான் நான் வெளியே புறப்படணுமா? இதைவிட எனக்கு அவமானம் வேற இல்லடா!" என்றான்; வேண்டுமென்றே கடுகடுப்பாக முகத்தை வைத்துக்கொண்டு!

"பிரபோ! நான்தான் உங்கள் அடிமை! ஆண்களிடம் ஆமைபோல் ஒடுங்கிக் கிடக்கவேண்டிய பெண் குலத்துக்கு ஆண்களுக்கு உத்திரவிட அருகதை ஏது? தங்கள் விருப்பம், என் பாக்கியம்! என் உத்திரவை எதிர்பாராமலே என் பிராண நாயகர் ஸ்ரீமான் சோமு அவர்கள், மிஸ்டர் மகேஸ்வரனுடன் வெளியில் சென்று வருமாறு பிரார்த்திக்கிறேன்."

வேணி சொல்லி முடிப்பதற்குள் சோமுவும் மகேஸ்வரனும் வயிறு குலுங்கச் சிரித்தார்கள். வேணியும் சிரித்தாள். மகேஸ்வரனும் சோமுவும் காரில் புறப்பட்டனர். சிதம்பரத்தின் சில தெருக்களைக் கடந்து, அவர்களது கார் அண்ணாமலைப் பல்கலைக் கழகத்தை நோக்கிச் சென்றது.

அதோ அந்த உயர்ந்த பீடத்தில் கம்பீரமாக நிற்கும் இளைஞனின் சிலை! கண்ணுக்கு நிகரான தமிழ் மண்ணின் மொழிகாக்கவும், இந்தி ஆதிக்கத்தை எதிர்த்து விரட்டவும் 1965-ஆம் ஆண்டு தமிழ்நாட்டில் நடந்த மொழிப் புரட்சியின்போது காவல்துறையினர் பொழிந்த துப்பாக்கிக் குண்டுகளை மலர்ச்செண்டுகளாக மார்பிலே ஏந்திக்கொண்டு தமிழன்னையின் மடியிலே சவமாகச் சாய்ந்தானே மாணவன் இராஜேந்திரன்; அந்த வீர சிங்கத்தின் சிலைதான் அது!

மகேஸ்வரன் அந்தச் சிலையருகே காரை நிறுத்தி இறங்கினான். சோமுவும் இறங்கினான். சிலையின் பீடத்தில் பொறிக்கப் பட்டிருந்த எழுத்துக்களின் மீது இருவர் விழிகளும் மொய்த்தன. பின்னர் அந்த இளந் தமிழனின் சிலையை வணங்கினர்.

பிற மொழி ஆதிக்கத்திலிருந்து தமிழ் மொழி காக்கவும், தமிழையும் இந்தியத் துணைக் கண்டத்து மத்திய ஆட்சி ஆட்சி மொழி களில் ஒன்றாக்கவும் இன்னும் எத்தனை பேர் இப்படிச் சிலையாக வேண்டுமோ? நினைவுச் சின்னங்களாக வேண்டுமோ?'

இருவர் இதயத்திலும் இந்தக் கேள்விகள் எழுந்தன. மதப்பற்று காரணமாக புத்த பிட்சுக்கள் வியட்நாமில் தீக்குளித்து மாய்ந்த வரலாறு உண்டு. ஆனால் மொழிப் பற்றின் காரணமாக எட்டு பேர் தங்கள் தளிர் மேனிக்குத் தீயிட்டுக் கொண்டு உடல், பாளம் பாளமாக வெடிக்கவும் - கரிக்கட்டையாக மாறவும் கேசம் எரிந்திடவும் - முத்துப் பற்கள் படார் படார் எனச் சிதறிடவும் - எலும்புக்குள்ளும் எரிதழலின் சூடேறவும் அந்த நிலையிலும் "தமிழ் வாழ்க! இந்தி ஆதிக்கம் வீழ்க!" என முழக்கமிட்டுச் சாம்பலாக மாறிய வரலாறு இந்தத் தமிழ் நாட்டுக்கு மட்டும் சொந்தமன்றோ!

இருவரின் மௌனத்திலும் இந்த எண்ணங்களே சோகமாகச் சிறகசைத்தன. மீண்டும் காரில் ஏறிக்கொண்டனர். சிறிது தொலைவு சென்றதும் ஒரு பெரிய மரத்தின் நிழலில் காரை நிறுத்திவிட்டு மகேஸ்வரன், சோமுவின் முகத்தைப் பார்த்தான்.

"என்ன மகேஸ்வரா? உனக்கு என்ன நடந்துவிட்டது?" சோமுவின் விழிகள் அன்போடு வினா எழுப்பின.

"சோமு! நீயும் வேணியும் நாலைந்து நாட்கள் கிராமத்தில் என் வீட்டில் தங்குகிறீர்கள். என் தங்கை காமாட்சியிடம் சொல்லிவிட்டு வந்துவிட்டேன். நான் உங்கள்கூட இருக்க முடியாது. ஆனால் கிராமத்தில்தான் இருப்பேன். என் தங்கையின் வாழ்வில் ஒளிந்து கிடக்கும் ரகசியத்தை; நானே அவளிடம் நேரில் கேட்பது இயலாத காரியம்; அண்ணன் என்பதால்! அதற்காகத்தான் வேணியை அழைத்து வா என்று உன்னை வேண்டிக் கொண்டேன்..."

"அதுதான் அழைத்துக்கொண்டு வந்துவிட்டேனே; விஷயத்தைச் சொல்லேன்..!

"என் தந்தை செய்த தவறு - அவர் என் தங்கை காமாட்சியின் வாழ்வில் அக்கறை காட்டாத கொடுமை - அதன் விளைவு, அவளாகவே ஒரு காதலைத் தேடிக்கொண்டுவிட்டாள்."

"நல்லதாய்ப் போயிற்று. அவனுக்கே திருமணத்தை நடத்தி வைக்க வேண்டியதுதானே!"

"அந்தக் காதலன் யார்? அதைத் தெரிந்துகொள்ள முடியவில்லையே சோமு!"

"காமாட்சியைக் கேட்டால் சொல்லிவிட்டுப் போகிறாள். எத்தனையோ சீர்திருத்தம் பேசுகிறாய் நீ! இதைக்கூட உன் தங்கையிடம் கேட்டறிந்து அப்பாவிடம் வலியுறுத்தி, அவள் இஷ்டப்பட்டவனுக்கு மாலையிடச் செய்ய முயற்சி செய்திருக்கக்கூடாதா?"

"அதை அவளிடமே அறிந்துகொள்ளத்தான் நினைத்தேன். அதற்குள் என் நெஞ்சில் ஆயிரம் தேள்கள் ஒரே நேரத்தில் கொட்டிவிட்டதப்பா!"

"என்ன மகேஸ்வரா சொல்லுகிறாய்?"

"வயலில் கிடந்த ஒரு குழந்தையை எடுத்து வந்து அதற்குத் தோஷம் கழிக்கப் பெரிய பூஜையெல்லாம் செய்து; அது தெய்வக்குழந்தையென்று வீட்டில் வளர்க்க ஆரம்பித்தார் அப்பா! அந்தக் குழந்தைக்கு இரவு நேரத்தில் காமாட்சி, தாய்ப்பால் கொடுத்துக் கொண்டிருந்த காட்சியை என் கண்களாலேயே பார்த்து விட்டேன்."

சோமு குழப்பமடைந்தான். மகேஸ்வரனின் மனோநிலை எப்படியிருக்கும் என்பதை உணர்ந்துகொள்ள முடிந்தது அவனால். தன்னிடம் எந்த அளவுக்கு நம்பிக்கை வைத்திருந்தால், குடும்ப கௌரவத்தையே சிதைத்துச் சின்னாபின்னமாக்கி விடக்கூடிய ஒரு செய்தியை

மகேஸ்வரன் கூறியிருப்பான் என்பதை நினைத்து நெகிழ்ந்து போனான் அவன்!

"காமாட்சி ஒளித்து வைத்திருக்கும் ரகசியத்தை நிச்சயமாக என்னிடம் வெளியிட முடியாது! என்னதான் நிலை தடுமாறித் தவறிவிட்டவளாக இருந்தாலும், தன் நம்பிக்கைக்குரிய ஒரு பெண்ணிடம்தான்; அதுவும் வேணியிடம்தான் சொல்ல முடியும். வேணி, தன்னுடைய திறமை முழுவதையும் காட்டி, காமாட்சியிடமிருந்து உண்மையை அறியரிய வேண் டும். அப்போதுதான் அவள் வாழ்க்கையை வகைப்படுத்த முடியும். வேணிக்கு விஷயம் தெரிந்துவிட்டால் அதை நீ கேட்டு என்னிடம் விளக்க முடியும். இப்படியெல்லாம் திட்டமிட்டுத் தான் உங்களிருவரையும் வரவழைக்கத் தீர்மானித்தேன்."

"கவலைப்படாதே மகேஸ்வரா! உனக்கு இந்த உதவியைக் கூடச் செய்யாமல் நாங்கள் எதற்காக இருக்கிறோம்? சரி, வா! போகலாம்! அதிருக்கட்டும்; உனக்கொரு வாழ்க்கைத் துணைவியைத் தேடிவிட்டதாக வேணியிடம் சொன்னாயே; யார் அது?"

"உனக்குச் சொல்லாமலா இருப்பேன்? காரிலேயே பேசிக்கொண்டு போகலாம். சோமு! இன்னொரு நல்ல செய்தி! நான் கிராமத்தில் அரிஜனக் காலனியில் எனக்காக ஒரு குடிசை போட்டு அதில் குடியிருக்கப் போகிறேன்!"

"என்னடா! எல்லாம் ஒரே புரட்சியாக இருக்கிறது! அந்த ரகசியத்தை நீ என்னிடம் சொல்லவில்லையே!"

"வா! வா! அது பெரிய கதை! கார் ஓட்டிக்கொண்டே அந்தக் கதையைச் சொல்லுகிறேன்."

"காதல் கதையா இருக்கும்! நான் காரை ஓட்டுகிறேன். நீ கதையைச் சொல்லிக்கொண்டு வா!"

மகேஸ்வரன், காரின் முன்பகுதியில் உட்கார்ந்துகொண்டு அவன் கதையை ஆரம்பித்தான். சோமு, காரை ஓட்டிக் கொண்டு போனான்.

அவர்கள் தங்கியிருந்த விடுதிக்கு வந்து சேர்வதற்கும் மகேஸ்வரன் கதை முடிவதற்கும் சரியாக இருந்தது. சோமுவின் முகத்தில் ஒரு உறுதியும், தன் நண்பனுக்காக ஆற்ற வேண்டிய பணி குறித்து ஒரு தீர்மானமும் பிரதிபலித்துக் கொண்டிருந்தன.

"நாம் இருவரும்தான் காரில் போகிறோம். மகேஸ்வரன் நம்முடன் வரவில்லை. அவன் இரண்டு நாள் கழித்துத்தான் கிராமத்துக்கு வருவதாக இருக்கிறான்."

சோமு, கண்ணாடிக்கு முன் நின்று தலையை வாரிக்கொண்டே இந்த செய்தியை வேணியிடம் சொன்னதும், காரணத்தை அறிந்து கொள்ள வேணி விரும்புகிறாள் என்பதை அவள் முகம் அறிவித்தது!

ஒரு வரியில் எதையும் சொல்லிவிட முடியாது! மகேஸ்வரனின் காரில் நாம் இருவரும் இப்போது புறப்படுகிறோம். நீ கேட்டறிய வேண்டிய செய்திகளும், சாதிக்க வேண்டிய செயல்களும் நிறைய இருக்கின்றன. பெட்டி படுக்கைகளை எடுத்துக்கொண்டு உடனே புறப்படலாம். போகும் வழியில் உன்னிடம் சொல்ல ஒரு புதிய புராணமே இருக்கிறது!"

இருவரும் தயாரானார்கள். மகேஸ்வரன், சோமு, வேணியைக் காரில் வழியனுப்பி வைத்துவிட்டுத் தனது அறைக்குள் நுழைந்தான். தலையைக் கிறுகிறுவென்று சுற்றுவது போலிருந்தது. நிதானித்து நிற்க முயன்றான். முடியவில்லை. படுக்கையில் விழுந்தான். இரு விழிகளிலும் நீர்க்கோடுகள் தோன்றி காதின் மடல்கள் வரை நீண்டுகொண்டிருந்தன.

சிதம்பரத்திலிருந்து அம்பல் கிராமம் வரையில் சோமு விவரித்த திடுக்கிடும் நிகழ்ச்சிகளையும், சோகச் செய்திகளையும் கேட்டு; வேணியின் இருதயம் கனத்துப் போயிருந்தது. தன்னெதிரேயுள்ள பணியைப்பற்றிய கவலையும் அவளை முற்றுகையிட்டுத் திணறச் செய்துகொண்டிருந்தது.

பண்ணையார் பரமேஸ்வரன் வீட்டு வாசலில் கார் வந்து நின்றது. மகேஸ்வரனின் கார் ஆயிற்றே என்ற வெறுப்புடன் பண்ணையார் காரைக் கவனித்தவாறு; "மீண்டும் வந்து விட்டானா பாவி!" என முணுமுணுத்தபடி ஆத்திரத்துடன் எழுந்தார். சோமுவும் வேணியும் இறங்கி வந்து பண்ணையாருக்கு வணக்கம் தெரிவித்தார்கள். பண்ணையாரும், விருந்தினர்களை உபசரிக்கும் பண்புடன் மகிழ்ச்சி நிரம்பிட அவர்களை வரவேற்றார். வேலையாளை விட்டு, காரில் உள்ள பெட்டி படுக்கைகளை வீட்டுக்குள் கொண்டுபோய் வைக்கச் சொன்னார்.

"காமாட்சி! பார்வதி! யார் வந்திருக்காங்க, வந்து பாருங்களேன்!" என்று உள்ளே திரும்பி குரல் எழுப்பினார். பார்வதியும், காமாட்சியும் ஆவலுடன் வாயிற்புறம் வந்தனர். காமாட்சி, வேணியைக் கட்டித் தழுவி வரவேற்றாள். அந்த வரவேற்பில் அவர்களது பாசப் பிணைப்பு மலர்ந்து மணம் பரப்பியது. பார்வதியின் கையில் குழந்தையிருந்தது. சோமு, அந்தக் குழந்தையின் கன்னத்தை மெதுவாக வருடினான். சோமுவின் கண்களை வேணியின் கண்கள் வேண்டிக் கொண்டன; விவரம் எதுவும் கேட்டுவிடவேண்டாமென்று!

பண்ணையாரோ அந்தக் குழந்தை வயலில் கிடைத்த விவரத்தை உற்சாகத்தோடு சொல்லி; "இது ஒரு தெய்வக் குழந்தை!" என்று பாராட்டிக்கொண்டே பார்வதியின் கையிலிருந்த குழந்தையை வாங்கித் தன் முகத்தோடு முகம் ஒத்திக் கொண்டார்.

காமாட்சியை வேணி, கடைக்கண்ணால் நோக்கினாள். காமாட்சியின் அழகு வதனத்தில் அவளாலேயே மறைக்க முடியாமல் ஏற்பட்ட அந்த மாறுதலை வேணி, தன் பணிக்கெனக் குறித்து வைத்துக் கொண்டாள்.

"எல்லாம் உள்ளே வாங்க! முதல்ல காப்பி ஆர்லிக்ஸ் ஏதாவது சாப்பிடலாம்" என்று பார்வதியம்மாள் அழைத்ததையேற்று சோமுவும் வேணியும் வீட்டுக்குள் நுழைந்தார்கள். குழந்தையை அணைத்துத் தூக்கியவாறு பண்ணையாரும் அவர்களைப் பின்தொடர்ந்து உள்ளே போனார்.

ஆடம்பரமும், அலங்காரமும் நிறைந்த கூடத்துச் சோபாக்களில் எல்லோரும் அமர்ந்தனர். அந்த வீட்டில் தனக்கிருக்கும் மிக முக்கியமான வேலையை நினைத்து வேணி, பெருமூச்சு விட்டுக்கொண்டாள்.

அத்தியாயம் : 15

அம்பல் கிராமத்து அரிஜனக் காலனியில் ஒரு மூலையில் கிடந்த காலி நிலத்தில் மகேஸ்வரனுக்காகக் குடிசை அமைக்கும் வேலையில் பொன்னனும், நந்தகுமாரும் சுறுசுறுப்புடன் ஈடுபட்டு அந்தச் சிறிய ஓலை வீட்டை அமைத்து முடித்தனர்.

இரண்டொரு நாட்களில் திரும்பிவிடுவதாகச் சொல்லிச் சென்ற மகேஸ்வரன், கிராமத்தில் தனக்கென ஒரு குடிசை கட்டி முடியும் வரையில் சிதம்பரத்திலேயே தங்கியிருப்பது தான் சரியென்று கருதினான்.

சென்னையில் தனது வழக்குரைஞர் தொழிலைச் சிறப்புற நடத்திக்கொண்டிருந்தவன், கிராமத்துக்குச் சென்று பெற்றோர்களைப் பார்த்துவிட்டு, உடனடியாகச் சென்னைக்குத் திரும்பலாம் என்று வந்தவன்; எத்தனை பிரச்சினைகளுக்குத் தீர்வு காண வேண்டியவனாகிவிட்டான்!

நந்தகுமார், நடுவழியில் தாக்கப்பட்டபோது அவனைக் காப்பாற்றப் போய் அதன் தொடர்பாகச் செங்கமலத்தைச் சந்திக்க நேரிட்டது. அந்த முதல் சந்திப்பு எங்கேயோ முடிந்து. திருமணம் செய்துகொண்டால் ஒரு அரிஜனப் பெண்ணைத் தான் செய்துகொள்வேன் என்று சபதம் மேற்கொள்ளவும் முன்வந்தான். அதைவிடப் பெரும் சிக்கல் ஒன்று அவனைத் திணற வைத்தது.

அதுதான் அவனது தங்கை காமாட்சியைப் பற்றிய விவகாரம்!

இதற்கிடையே எழுந்த சாதிப் பூசல்கள்! தந்தையின் ஆத்திரம்! ஊரார் எதிர்ப்பு! அரிஜனக் காலனியிலேயே குடிசை போட்டுக்கொண்டு வாழ்வேன் என்று தந்தையின் முன்னால் விடுத்த அறைகூவல்!

உதவிக்கு அழைக்கப்பட்ட சோமு, வேணி இருவரையும் நம்பி ஒப்படைத்துள்ள வேலை! இத்தனைக் காரணங்களாலும் அவன் சில நாட்கள் சென்னையை மறந்துவிட்டு அம்பல் கிராமத்திலேயே அலைய வேண்டியவனாகிவிட்டான்.

அன்று வந்துவிடுவான்; கட்டப்பட்ட குடிசையைப் பார்த்துக் களிப்படைவான் என்று எதிர்பார்த்தவாறு மாரியும், பொன்னனும், நந்தகுமாரும் அந்தப் புதிய குடிசையின் வாசலிலேயே இரவு எட்டு மணி வரையில் காத்துக்கொண்டிருந்தனர்.

ஆனால் மகேஸ்வரன் வரவில்லை. மாரி; நந்தகுமாரைப் பார்த்து, "நாங்க இங்கே இருக்கோம். நீ வீட்டுக்குப் போயி அக்காவுக்குத் துணையா இரு! செங்கமலம் தனியா உக்காந்து அம்மாவை நினைச்சு அழுதுகிட்டு இருக்கும்" என்று கூறினார்.

நந்தகுமார், தந்தையின் வார்த்தையைத் தட்டாமல் வீட்டுக்குச் சென்றான். பூட்டப்பட்டிருந்த வாசல் கதவைப் பார்த்துத் திடுக்கிட்டான். 'அக்காள் எங்கே போயிருப்பாள்?' என்ற கேள்வி அவனைக் குடைய ஆரம்பித்தது. அக்கம் பக்கத் தில் விசாரிக்கலாம் என்று திரும்பினான். திண்ணைக் கடைக் காரி வீராயி, தனது கழுகுக் கண்களால் அவனைப் பார்த்துக் கொண்டிருந்தவள்; திடீரென வேறு பக்கம் திரும்பி, நாடோடிப் பாட்டொன்றை உரக்கப் பாடினாள்.

"வீட்டுக்குப் பூட்டுப் போட்டா - பொண்ணு வேகமா நடந்து போயிட்டா!... கதவுக்குப் பூட்டுப் போட்டா பொண்ணு காளைக் கண்ணைத் தேடிக்கிட்டா! அலிகாரு பூட்டு மாட்டி அடியம்மா ஆம்பளையைத் தேடிக்கிட்டு அவளுந்தான் போயிருப்பா! புலியாட்டம் பயலொருத்தன் கிளியாட்டம் பொம்பளையை புடிச்சுகிட்டான் கேள் கதையை

அதனால் கதவுக்குப் பூட்டுப் போட்டா - பொண்ணு காளைக் கண்ணைத் தேடிக்கிட்டா!"

வீராயி, ஏதோ பொதுவாகப் பாடுவது போல இருந்தாலும் அதிலுள்ள விஷமத்தனத்தை நந்தகுமார் புரிந்து கொள்ளாமல் இல்லை. வீராயி மீது சீறிப் பாய்ந்தான்.

"ஏ, பாம்பு! ஏ, கழுகு! என்னா பாட்டுப் பாடறே? ஊர் வம்பு வளர்க்கலேன்னா உடம்புக்கு ஒத்துக்காதா?"

இந்த வார்த்தைகளைக் கேட்டு வீராயி சும்மா விடுவாளா?

"என்னடா சொன்னே? வாடா திண்ணைக்கு!" என்று சவால் விட்டாள்; தனது கோணல் வாயைப் பிளந்துகொண்டு!

"வந்தா என்ன செய்வே?" என்று திண்ணையில் ஏறினான் நந்தகுமார்.

திடீரென வீராயி, திட்டமிட்டு அவனைக் கட்டிப்பிடித்துக் கொண்டு, திண்ணையில் எரிந்துகொண்டிருந்த சிறிய விளக்கையும் ஊதி அணைத்துவிட்டு' யாராவது என்னைக் காப்பாத்துங்களேன்" என்று அந்தத் தெருவே அதிரும்படி அரிக்கன் விளக்குகளைத் தூக்கிக்கொண்டு தெருவில் உள்ளவர்கள் ஓடிவந்தார்கள். 'காப்பாத்துங்க' என்று ஓலமிட்டாள்.

"கதையைக் கேட்டீங்களா! இந்தப் பயல் வயசென்னா? என் வயசென்னா? ஏதோ சாமான் வாங்குற மாதிரி கடைக்கு வந்தான். பேசிக்கிட்டிருக்கும்போதே விளக்கை அணைச்சிட்டு என்னைக் கட்டிப் புடிச்சுக்கிட்டான்."

வீராயி, தன் கற்பைக் காப்பாற்ற ஓடிவந்த அந்தத் தெருவினர்க்கு நன்றி கூறி அழுதாள். நந்தகுமார், நடந்த

விஷயத்தை விவரமாகச் சொன்னான். எல்லோருமா நம்பிவிடுவார்கள்? சிலர் நம்பினார்கள். சிலர் நம்பவில்லை. "இதுக்குத் தான் பட்டணத்தில போயி படிச்சான் போல இருக்கு!" என்று முணுமுணுத்துக்கொண்டு சிலர் அகன்றனர். வீராயியின் சுபாவம் புரிந்தவர்கள்; அவள் வீண் வம்பு வளர்த்திருப்பாள் என்று எண்ணிக்கொண்டு வீடுகளுக்குத் திரும்பினார்கள்.

அப்போது அடுத்த வீட்டுக்காரியொருத்தி நந்தகுமாரிடம் வீட்டுச் சாவியைக் கொடுத்து, செங்கமலம் கொடுத்துவிட்டுப் போனதாகவும், "இன்னைக்கு வெள்ளிக்கிழமை அம்மா சமாதியிலே விளக்கேத்தி வச்சிட்டு வர்ரேன்னு சொல்லிட்டுப் போனாள்" என்றும் கூறினாள்.

வீராயி கிளப்பிவிட்ட அவதூறு நந்தகுமாரை ஆழ்ந்த வேதனையில் ஆழ்த்திவிட்டது. அந்தத் தெருவில் உள்ளவர்கள் தன்னைப் பற்றிப் பலமாதிரி நினைக்கக் கூடிய நிலைமை ஏற்பட்டு விட்டதென்று வருந்தினான். வீராயி ஏதோ உளறிக்கொண்டு கிடக்கட்டுமென்று அதைக் காதில் வாங்கிக்கொள்ளாதது போல் இருந்திருந்தால் இப்படியொரு கேவலம் ஏற்பட்டிருக்காது; அவளை எதிர்த்துப் பேசியது சாக்கடைச் சகதியில் கல் எறிந்தது போலாகிவிட்டது என்று தன் தவறு குறித்து எண்ணிப் பெருமூச்சு விட்டுக்கொண்டான்.

எந்தச் சமுதாயம் முன்னேற்றமடைய வேண்டுமென்று ஆர்வங்கொண்டு திரிகிறானோ அதே சமுதாயத்திலே இப்படியும் பல பேர் தன் இதயத்தில் தணலை அள்ளிக் கொட்டு கிறார்களேயென நொந்து போனான். அம்மா சமாதிக்குச் சென்றுள்ள அக்காளுக்குப் பாதுகாப்பாகச் செல்லலாமெனக் கருதி, அந்தத் தெருவைக் கடந்தான்.

செங்கமலம், இடுகாட்டில் மண்ணால் உயர்த்திக் கட்டப் பட்டிருந்த அஞ்சலையின் சமாதியில் உள்ள சிறிய மாடத்தில் அகல் விளக்கையேற்றி வைத்துவிட்டு, எதிரே அமர்ந்து கண்ணீர் வடித்துக்கொண்டிருந்தாள்.

திருக்கைவால் முனியாண்டி அங்குள்ள ஒரு பெரிய மரத்தின் பின்னால் மறைந்திருந்து செங்கமலத்தைக் கவனித்துக் கொண்டிருப்பது அவளுக்குத் தெரியாது.

தாயின் நினைவில் தன்னை மறந்து சமாதியின் முன்னால் மண்டியிட்டுக் கரங்கூப்பி அமர்ந்திருந்த அவள் தோள் மீது யாரோ கரத்தை வைத்து மெதுவாக அழுத்துவதை அவள் உணர்ந்து திடுக்கிட்டு எழுந்து நின்றாள். அவள் கண்களை அவளால் நம்பத்தான் முடியவில்லை. அமைதியாக அவளருகே நின்றுகொண்டிருந்தான் மகேஸ்வரன்.

"செங்கமலம்! என்னதான் தாயின் மீது வற்றாத பாசமும் அன்பும் அன்பும் இருந்தாலும் இப்படி இருட்டு வேளையில் இங்கு வரலாமா?"

செங்கமலத்துக்கு அவளருகே அவன் வந்து நின்றது, எவ்வளவோ ஆறுதலாக இருந்தது. இருந்தாலும் அவள் மனம் குழம்பியது. அதனால் உடல் நடுங்கியது.

"நீங்க எப்படி இங்க வந்தீங்க?" நா தழுதழுக்க அவள் அவனைப் பார்த்துக் கேட்டாள்.

"இன்று எனது புதிய பங்களா கிரகப் பிரவேசமல்லவா? அதற்காக சிதம்பரத்திலிருந்து புறப்பட்டு வழியில் சில வேலைகளை முடித்துக்கொண்டு பஸ்ஸில் வந்து இறங்கி நடந்து வந்து கொண்டிருந்தேன். அப்போது நீ இந்தப் பக்கம் வருவதைப் பார்த்தேன். பின்தொடர்ந்தேன். ஏன்? நான் செய்தது குற்றமா?"

'உங்களுக்கு எதுவும் குற்றமாகப்படாது! ஆனால் உங்க அப்பாவும் ஊர் ஜனங்களும் உங்களை ஒதுக்கி வச்சுட்டாங்களே, ஏன்னு நினைச்சுப் பாத்தீங்களா? எல்லாம் எங்க குடும்பத்தாலே தானே! என்னாலதானே!"

"நம்ப விஷயம் யாருக்கும் தெரியாது! அது தெரிஞ்சா அதுக்கு ஒரு ரகளை இருக்கு! அதையும் நான் எதிர்த்து நின்று சமாளிக்கத்தான் போகிறேன். நந்தகுமாரைத் தொட்டுக் காப்பாற்றினதே குற்றம் என்றார் என் தந்தை! உன் தாயின் சவத்தை நான் தூக்கிச் சென்றேன் என்று தண்டனையே கொடுத்துவிட்டார்! இனி என்ன இருக்கிறது? செங்கமலம்! ஒரு முக்கியமான பிரச்சினையில் தெளிவு காண்பதற்காகக் காத்திருக்கிறேன். அது முடிந்துவிட்டால் ஊரார் அறிய உனக்கும் எனக்கும் திரு மணம். இதோ, உன் அன்புத் தாயின் சமாதிக்கு நேராக நாம் இருவரும் உறுதி எடுத்துக்கொள்வோம்."

இருவர் கைகளும் இணைகின்றன. செங்கமலம், மகேஸ்வரனின் கரத்தைத் தன் கண்களில் ஒத்திக்கொள்கிறாள். அவன் கரம் அவளது கண்ணீரால் நனைகிறது. சமாதியை விட்டு இருவரும் நகருகிறார்கள். திருக்கைவால் முனியாண்டி மறைந்திருக்கும் அந்த மரத்தின் பக்கம் வருகிறார்கள். தடித்து உயர்ந்து பரந்து கிடக்கும் அதன் வேர் ஒன்றில் இருவரும் உட்காருகிறார்கள். சிறிது நேரம் அமைதி. மகேஸ்வரன், செங்கமலத்தின் கன்னத்தில் மெதுவாக முத்தமிடுகிறான். "ஊஹூம்!... நான் வர்ரேன்" என்று அவள் பரபரப்புடன் எழுகிறாள்.

"சரி! சரி! பயப்படாதே! நான் ஒண்ணும் எல்லை மீறிவிட மாட்டேன்! செங்கமலம், நான் முதலில் போய்விடுகிறேன் வேறு பாதையில்! நீ கொஞ்சம் தாமதித்துப் போ!"

மகேஸ்வரன், செங்கமலத்திடம் விடைபெற்றுக்கொண்டு புறப்பட்டான். அவன் சென்ற திக்கையே செங்கமலம் பார்த்துக் கொண்டு நின்றாள். அங்குள்ள புதர்களடர்ந்த பகுதியில் அவன் தலை மறைந்துவிட்டது. இன்ப உணர்வு கிறுகிறுக்கச் செங்கமலம் வீட்டுக்குச் செல்லத் திரும்பினாள். திருக்கைவால் முனியாண்டி, அவளைத்தன் முரட்டுக்

கரங்களால் அணைத்துக்கொண்டு, அந்த இடத்தை விட்டு வேறிடத்துக்கு இழுக்கத் தொடங்கினான்.

செங்கமலம் அலறியது அந்த மயானத்தின் அமைதியைக் குலைத்துக்கொண்டு கிளம்பியது. அந்தக் கூச்சல் மகேஸ்வரன் காதிலும் விழுந்தது. செங்கமலத்தின் குரல்தான்! அதை அவன் புரிந்துகொள்ளக் கஷ்டமேற்படவில்லை. ஓடிவந்தான். முனியாண்டியின் கைகளில் பலங்கொண்ட மட்டும் அடித்தான். முனியாண்டி, செங்கமலத்தை விட்டுவிட்டு மகேஸ்வரன் மீது திருக்கைவாலை வீசினான். இருவரும் அந்த இடுகாட்டுக்கருகில் கடும் போரிட்டுக் கட்டிப் புரண்டனர். மகேஸ்வரனின் தாக்குதலை முனியாண்டியால் நீண்ட நேரம் தாங்கிக் கொள்ள முடியவில்லை. உயிர் தப்பிட ஓடிவிடுவதைத் தவிர அவனுக்கு வேறு வழி தெரியவில்லை.

அடி பொறுக்கமாட்டாமல், திருக்கைவால் தலைதெறிக்க ஓடினான். அவன் ஓடுவதைப் பார்த்துச் செங்கமலம் வாய்விட்டுச் சிரித்தாள். அந்தச் சிரிப்பு நீடிக்கவில்லை. அடுத்து, முனியாண்டியால் என்ன ஆபத்துக்கள் ஏற்படுமோ என்று அஞ்சினாள். மகேஸ்வரன், அவளை நெருங்கினான். அவள் அவனது தோளில் முகம் புதைத்து இறுகத் தழுவிக் கொண்டாள். இருவரும் மெய்மறந்து நின்றனர்.

அக்காளைத் தேடிக்கொண்டு வந்த நந்தகுமார், இடுகாட்டுக்கு அருகே இந்தக் காட்சியைக் கண்டு அசையாமல் நின்றான். அவன் கண்கள் மட்டும் அவனையறியாமல் மூடிக்கொண்டன.

அத்தியாயம் : 16

"நந்தகுமார்! என்னை மன்னித்துக் கொள். தவறாக நினைக் காதே!"

மகேஸ்வரன் அந்த இளைஞனின் தோள் மீது கை வைத்து அவனுடைய உள்ளக்கொதிப்பைக் குறைத்திட முனைந்தான். நந்த குமாரின் கண்ணீர் பட்டு அவன் கன்னங்கள் நனைந்திருந்தன. மகேஸ்வரன் அவனைச் சமாதானப்படுத்தித் தன் மீது அவனுக்கு ஏற்பட்டுவிட்ட கோபத்தையும், அவன் சகோதரி செங்கமலத்தின் மீது ஏற்பட்டுவிட்ட வெறுப்பையும் மாற்றியே ஆகவேண்டு மென்ற முடிவுக்கு வந்தான்.

"எங்கே என்னைப் பாரப்பா! நான் ஒன்றும் கன்னி வேட்டையாடும் மைனர் அல்ல! கள்ளங்கபடமில்லாத ஒரு பெண்ணின் வாழ்க்கையை ஒரு நாள் இன்பத்துக்காகக் கெடுத்துவிடும் மிருகமும் நானல்ல! செங்கமலத்தை நான் மனதார நேசிக்கிறேன். மாரி, எனக்கு மாமனார்! நீயும் பொன்னனும் எனக்கு மைத்துனர்கள்!"

மகேஸ்வரன், நந்தகுமாரின் கண்ணீரைத் துடைத்துக் கொண்டே பேசினான். நந்தகுமாரின் இமைக் கதவுகள் விலகின. அவன் விழிகளுக்கு நேரே மகேஸ்வரன் மட்டுமே நின்றுகொண்டிருந்தான். செங்கமலம், அங்கிருந்து அப்போதே பறந்து போய்விட்டாள். அக்காள், அச்சத்தின் காரணமாகவும், வெட்கம் தாங்க முடியாமலும் ஓடியிருக்க வேண்டுமென்பதை நந்தகுமார் புரிந்துகொண்டான். அவள் அங்கு இல்லாதது நந்தகுமார் மனம் விட்டுப் பேசுவதற்கு நல்வாய்ப்பாகக்கூட அமைந்தது.

"நீங்கள் என் குடும்பத்தின் மீது தனியாக ஒரு அக்கறை காட்டினீர்கள். நான் படித்துப் பட்டம் பெற வேண்டுமென்று என் தந்தையை வலியுறுத்தி அதற்கான வசதிகளையும்

சென்னையில் செய்து கொடுத்தீர்கள். வழியில் வண்டிக்காரனால் தாக்குண்ட என்னைப் பத்திரமாக வீட்டுக்குக் கொண்டுவந்து சேர் சேர்த்தீர்கள். பிறகு, உடல்நிலை விசாரிக்க வீட்டுக்கு வந்தீர்கள். என் தாயின் சவத்தைக்கூடச் சுமந்தீர்கள். நான் இதுவரையில் நினைத்துக் கொண்டிருந்தேன்; சாதி ஆணவத்தின் இடுப்பை ஒடிப்பதிலும்-மனிதாபிமானத்தைப் போற்றுவதிலும் தங்களுக்குப் பெரும் ஈடு பாடு இருப்பதாக! ஆனால்.. ஆனால் இப்போதுதான் புரி கிறது; பூனை உரியில் தாவியது எலியைத் துரத்திக் கொண்டல்ல- பாலைக் குடிப்பதற்காக என்ற உண்மை!"

நந்தகுமாரின் அழுத்தம் திருத்தமான சொற்கள் மகேஸ்வரனின் நெஞ்சில் கூரிய வேல்களைப் போலப் பாய்ந்து கொண்டிருந்தன!

அந்த நிலையிலும் மகேஸ்வரன் இளம் புன்னகையுடன் தான் நந்தகுமாரைத் தட்டிக் கொடுத்தான்.

செங்கமலத்தைச் சுவை பார்க்க வேண்டுமென்ற அற்ப ஆசையில் சுயநலத்துடன் அத்தனைக் காரியங்களையும் அவன் செய்திருந்தால் நந்தகுமாரின் தாக்குதலை அவனால் தாங்கிக் கொண்டிருக்க முடியாதுதான்! அவன் மனச்சாட்சிக்கு நன்றாகத் தெரியும்; தன்னுடைய அறிவியக்கப் பணியும், சமத்துவம் பரப்புகிற தொண்டும் செங்கமலத்தை அடைய வேண்டுமென்ற குறிக்கோளுக்காக அல்ல என்று! அவனுடைய கடும் பயணத்தில் இளைப்பாறக் கிடைத்த நிழல்தான் செங்கமலம்! அந்த நிழலுக்காக அவன் பயணம் நடத்தவில்லை. சமுதாயத்தில் மண்டிக்கிடக்கும் சாதிக் கொடுமையைச் செங்கமலத்தைத் தன் வாழ்க்கைத் துணையாக்கிக் கொள்வதின் வாயிலாகச் செயல் வடிவில் தகர்த் திடமுடியும் என்ற புதிய வாய்ப்பும் அவனுக்குக் கிடைத்தது; அவ்வளவுதான்!

"பெரிய சாதிக்காரர்கள், சீமான்கள், எங்களைப் போன்றவர்களின் வாழ்க்கையோடு விளையாடுவதில் என்ன ருசியைக் கண்டீர்கள்?"

நந்தகுமார் பேச்சில் ஆத்திரம் கொப்பளித்தது!

"பெரிய சாதிக்காரன் - சீமான் பூமான் என்ற ஆணவம் இருந்தால் அரிஜனக் காலனியிலே குடிசை போட்டுக் கொண்டு குடிவருவேனா நந்தகுமார்?"

"எல்லாமே, எங்கள் குடும்பத்தின் பெயரைக் கெடுக்கத்தானே?"

"என்னை நம்பு நந்தகுமார்! நான் செங்கமலத்தைத் திருமணம் செய்துகொள்வது என்றே முடிவு செய்துவிட்டேன்."

"நடக்கக்கூடிய காரியமா? இந்த ஊர் இப்போதே எண்ணெய்க் கொப்பரையாகக் கொதித்துக்கொண்டிருக்கிறது. உங்களுக்கு, உங்கள் வீட்டில் இருக்கவே அனுமதி இல்லை."

"வீடு, வாசல், சொத்து, சுகம் தாய் தந்தைப் பாசம் எல்லாவற்றையும் இழக்கத் தயாராகி விட்டேன். ஒன்றை மறந்துவிடாதே! நான் நினைத்தால் என்னைப் போலவே உயர்ந்த சாதியில் பட்டம் பெற்ற ஒரு நவநாகரீகப் பணக்காரப்பெண்ணை மணந்துதொள்ள முடியுமல்லவா? அதை விடுத்து செங்கமலத்தை நான் மணந்துகொள்ள முடிவெடுத்திருப்பதற்கு இரண்டு காரணங்கள் உண்டு! ஒன்று, அவளும் நானும் உள்ளத்தால் இணைந்துவிட்டோம் இரண்டாவது காரணம்; கலப்புத் திருமணம், தீண்டாமை ஒழிப்பு போன்ற வார்த்தைகளை வெறும் உதட்டளவு உச்சரிப்புக்களாகக் கொண்டிருக்கிறார்களே; அவர்களுக்கு, நானும் செங்கமலமும் மணந்துகொண்டு பாடம் கற்பிக்க வேண்டும் என்பதாகும்."

நந்தகுமாரின் இதயத்தில் நம்பிக்கையின் ஒளிக்கீற்றுக்கள்!

"அப்படியானால் - இந்தப் புரட்சிகரமான முடிவுக்கு என் அப்பா சம்மதிப்பார் என்று எதிர்பார்க்கிறீர்களா?"

மகேஸ்வரன் கேலியாகச் சிரித்துக்கொண்டே நந்தகுமாருக்குப் பதில் சொன்னான். அந்தப் பதில்; கேள்வி போலவே இருந்தது!

"உன் அப்பா சம்மதிக்கமாட்டார்! அதற்காக நானும் செங்கமலமும் யாருக்கும் தெரியாமல் சென்னைக்கு ஓடிப்போய் எங்கள் திருமணத்தை நடத்திக்கொள்ள நீ ஒப்புக்கொள்கிறாயா?"

நந்தகுமார் திகைப்புடன் பெருமூச்சு விட்டுக்கொண்டு பதில் பேசாமல் நின்றான்.

"வா! போகலாம்! குடிசை வேலை முடிந்திருக்கும் என்று நினைக்கிறேன். என்ன, போகலாமா?'

மகேஸ்வரன்; பேச்சின் திசையைத் திருப்பினான். குடிசையமைக்கும் வேலை முடிந்துவிட்டதை நந்தகுமார், தனது தலையசைப்பின் மூலம் தெரியப்படுத்தினான்.

"அங்கு யார் இருக்கிறார்கள்? அப்பாவும் அண்ணனுமா?"

"ஆமாம்! இரண்டு பேருந்தான் இருந்தார்கள்!"

"பாவம், என் வருகைக்காகக் காத்துக்கொண்டிருப்பார்கள். நேரமாயிற்று. உம் -புறப்படு, போவோம்!"

மகேஸ்வரனைப் பின்பற்றி நந்தகுமார் நடந்தான்.

"நந்தகுமார்! தயவுசெய்து இங்கு நடந்தது எதையும் உன் அப்பாவிடமோ, அண்ணனிடமோ சொல்லிவிடாதே! எங்கள் திருமண விஷயம் பற்றி உன் தந்தையிடம் எப்போது பேச்சைத் தொடங்குவது என்று எனக்குத் தெரியும். அதுவரையில் பொறுமையாக இருக்க வேண்டும்."

நந்தகுமார், அதற்குப் பதில் சொல்லாவிட்டாலும் அந்தக் கருத்தைத் தன் மனத்துக்குள் ஆமோதித்துக்கொண்டான்.

மகேஸ்வரனுக்காகப் போடப்பட்ட குடிசையைக் கண்டதும் அவனுக்கு ஒரே பூரிப்பாக இருந்தது. தன் தந்தைக்கும், அவரது சாத்திர சம்பிரதாயங்களுக்கும் எதிராக அமைக்கப்பட்ட பாசறைபோல அந்தக் குடிசை, மகேஸ்வரனுக்குக் காட்சி தந்தது.

மகேஸ்வரனும் நந்தகுமாரும் குடிசையை நோக்கி வருவதை மாரியும் பொன்னனும் பார்த்துவிட்டு எழுந்து நின்று வணங்கி மரியாதை செலுத்தி ஒதுங்கி நின்றனர். மகேஸ்வரன், மாரியின் தோளில் ஒரு கையையும் பொன்னனின் தோளில் ஒரு கையையும் போட்டுக்கொண்டு வீடு பிரமாதமாக இருக்கிறது" என்றான்.

மாரியின் உடல் நடுங்கிற்று! நா, குழறிற்று! "சின்ன எஜமான்! இதெல்லாம் என்னங்க! வேண்டாங்க! கையை எடுங்க!" என்றவாறு மகேஸ்வரனின் காலில் விழப்போன மாரியைத் தடுத்து நிறுத்தி, மகேஸ்வரன்; "எத்தனை தடவை சொல்லிவிட்டேன்! உங்களையே நீங்கள் தாழ்த்திக் கொள்ளாதீர்கள் என்று!" எனச் சற்றுக் கண்டிப்பாகச் சொன்னான். மாரி, பொன்னன், நந்தகுமார் மூவரும் எதுவும் பேசாமல் இருந்தனர்.

"ஆமாம்! புது வீட்டில் பால் காய்ச்சிச் சாப்பிட வேண்டாமா? பால் வாங்கி வைத்திருக்கிறீர்களா? அடுப்பு

போட்டிருக்கிறதா?" என்று கேள்விகளை அடுக்கினான் மகேஸ்வரன்.

"ஓ! அழகா ஒரு அடுப்பு என் மவ செங்கமலந்தான் போட்டு வச்சிருக்கு! இதோ பாருங்க! பால்கூட சொம்பிலே வாங்கி வச்சிருக்கு!"

மாரி, முகமலர்ச்சியுடன் சொன்னதும் மகேஸ்வரனின் நெஞ்சில் இன்ப மழை பொழிந்தது.

"பாலைக் காய்ச்ச வேண்டாமா?" மகேஸ்வரன், மூவரின் முகத்தையும் பார்த்தான். மாரி, பதில் கூற முடியாமல் திணறினார்.

"சின்ன எஜமான் சாப்பிடுற பாலு! நீங்களே காய்ச்சி கிட்டா நல்லதுன்னு...."

"நீங்கள் நினைக்கிறீர்களாக்கும். பரவாயில்லை. உங்கள் மகள் செங்கமலத்தை வரச் சொல்லி பாலைக் காய்ச்சச் சொல்லுங்கள். எனக்கு இந்த அடுப்படி வேலையெல்லாம் தெரியாது."

மாரி, சிறிது நேரம் பேசாமல் நின்றார். பிறகு, "செங்கமலத்தைப் போயி கூட்டிகிட்டு வா" என்று நந்தகுமாரிடம் சொன்னார். "எனக்குத் திடீர்னு கால் ஒருமாதிரியா வலிக்குதுப்பா! அண்ணன் போகட்டும்" என்று சமாளித்தான் நந்தகுமார். மாரி, பொன்னனைப் பார்க்கவே அவன் தந்தையின் கட்டளையை நிறைவேற்றத் தன் வீடு நோக்கி விரைந்தான். தன் அக்காள் வரும்போது தனக்கும் சங்கடமாக இருக்கும், அவளுக்கும் சங்கடமாக இருக்குமென்று நந்தகுமார் மிகுந்த குழப்பமுற்றான். தன் கால் வலிக்கு வைத்தியரிடம் சென்று மருந்து தடவிக்கொண்டு வருவதாக ஒரு பொய்யைச் சொல்லி விட்டு அங்கிருந்து போய்விட்டான் அவன்.

நந்தகுமார் ஏன் போய்விட்டான் என்று மகேஸ்வரனுக்குத் தெரியும். இருந்தாலும் செங்கமலம், அந்தக் குடிசைக்கு வந்து பால் காய்ச்சித் தரப்போகிற நிகழ்ச்சியை எண்ணி அவள் வரவு பார்த்து ஏங்கிக் கொண்டிருந்தான். சிறிது நேரத்துக்கு முன்பு தான் அவளைப் பிரிந்து வந்தான் என்றாலும், தனது புதிய புரட்சி வீட்டுக்குத் தன்னுடைய எதிர்கால மனைவி வரப்போகிறாள் என்பது இனிமை மிக்க ஒன்றல்லவா?

பொன்னன், செங்கமலத்தை அழைத்து வர, தன் தெருவுக்குள் நுழைந்தவுடன் ஒரு பெரும் தீ ஜுவாலையைக் கண்டான். ஆம்! மாரியின் வீடு எரிந்து கொண்டிருந்தது. தெருவில் ஒரே கூக்குரல். நெருப்பு, தங்கள் வீடுகளுக்குப் பரவாமல் இருக்க மற்ற வீட்டுக்காரர்கள் தற்காப்பு ஏற்பாடுகளைச் செய்துகொண்டு மாரியின் வீட்டுத் தீயையும் அணைப்பதில் ஈடுபட்டனர். பொன்னன், தீயை அணைத்திட முடியாமல் தவித்துக்கொண்டே, "செங்கமலம்! தங்கச்சீ! தங்கச்சீ! செங்கமலம்!' என்று அலறினான். செங்கமலத்தின் குரல் பதிலுக்குக் கேட்கவில்லை. தன்னுயிரைப் பொருட்படுத்தாமல், எரியும் வீட்டுக்குள் பொன்னன் நுழைந்தான்.

அத்தியாயம் : 17

எரிகிற வீட்டுக்குள்ளே எந்தவிதப் பரபரப்பும் இல்லாமல் அமைதியாகக் கண்களை மூடிக்கொண்டு ஒரு தூணைக் கட்டிப்பிடித்த வாறு உட்கார்ந்திருந்த செங்கமலத்தைப் பார்த்துப் பொன்னன் ஒருக்கணம் சிலையானான்.

அப்போது அவள் மீது தீப்பிடித்து எரியும் ஓலைப்பாய் ஒன்று விழுந்தது. அவள் கண்களைத் திறக்கவில்லை. ஆனால் முகத்தில் மட்டும் மகிழ்ச்சி ஒளி உதயமாயிற்று.

அவளது சேலைத் தலைப்பில் அந்தத் தீ பிடித்துக் கொண்டதைப் பார்த்த பொன்னன், "செங்கமலம்!" என்று கத்திக் கொண்டே அவள் மீது பாய்ந்து, சேலைத் தலைப்பில் தொத்திக் கொண்ட. தீயைக் கைகளால் கசக்கி அணைத்து, அவளைத் தூக்கித் தோளில் போட்டுக்கொண்டு, வீட்டுக்குள்ளிருந்து வெளியே ஓட நாலு பக்கங்களிலும் சுற்றிச் சுழன்றான்.

"அண்ணே! என்னை விட்டுவிடு! தயவுசெய்து நீ மட்டும் தப்பிப் போய்விடு!" என்று செங்கமலம் அழுததையும், திமிறியதையும் லட்சியம் செய்யாமல், எரிந்துகொண்டிருந்த தீக் கொழுந்துகளைத் தாண்டி செங்கமலத்துடன் வெளியே வந்து விழுந்தான்.

தெருவிலே உள்ளவர்கள்; திருக்கைவால் முனியாண்டி, அவன் மனைவி வீராயி உட்பட அனைவருமே மாரியின் வீட்டுத் தீயை அணைப்பதில் தீவிரம் காட்டி ஒருவாறு வெற்றியும் பெற்றனர்.

மாரி வீட்டை நெருப்பிலிருந்து காப்பாற்ற முடியாவிட்டாலும், அவரவர்களும் தங்கள் தங்களுடைய வீடுகளைக் காப்பாற்றிக்கொள்வதில் மிகுந்த

அக்கறையுடையவர்களாக இருந்ததால் அந்தத் தெருவில் தீ பரவாமல் தடுக்கப்பட்டுவிட்டது.

செய்தி சில நொடிகளில் அக்கம் பக்கத்தில் பரவியதால், மாரி, நந்தகுமார், மகேஸ்வரன் ஆகியோரும் அங்கே பதறிப் போய் வந்துவிட்டனர்.

எரிகின்ற அந்தச் சிறிய வீட்டுக்குள் எள்ளளவு பதட்டமும் இன்றி செங்கமலம் அசைவற்று உட்கார்ந்திருந்தாளே; அதற்கு என்ன காரணம் என்று பொன்னனால் புரிந்துகொள்ள முடியவில்லை. செங்கமலத்தின் செய்கையைத் தன் தந்தையிடம் வியப்புடன் கூறினான் பொன்னன்.

"பாவம் பொண்ணு பயந்துபோயி அப்படியே அதிர்ச்சியிலே கைகால் ஓடாமல் ஸ்தம்பித்துப் போய்விட்டது" என்று மாரி, மகனுக்கு விளக்கம் தந்தார்.

இந்தத் தீவைப்புக் காரியம் திருக்கைவால் முனியாண்டியினால் தான் நடந்திருக்கும் என்ற முடிவுக்கு வந்திருந்த மகேஸ் வரன், தன் முடிவை மாற்றிக்கொண்டான்; பொன்னன் விவரித்த செய்திக்குப் பிறகு அக்காளின் செயலுக்குக் காரணம் நந்தகுமாருக்கும் ஓரளவு புரிந்துவிட்டது. அதனால் அவன் வீராயி பற்றியோ, முனியாண்டி பற்றியோ சந்தேகம் கொள்ளவில்லை.

செங்கமலம், தான் எடுத்த முடிவு நினைத்தவாறு நிறைவேறவில்லையே என்று ஏங்கினாள்.

மகேஸ்வரனையும் நந்தகுமாரையும் விட்டுப் பிரிந்து வந்த செங்கமலத்துக்கு மனம் ஒரு நிலையில் இல்லை.

தன்னுடைய அவசரப் புத்தியால் தன் குடும்பத்திற்கும் கெட்டபெயர் - பரம்பரை பரம்பரையாக மதிப்போடு

வாழுகிறவர்களால் பண்ணையார் குடும்பத்திலும் அமளி துமளி இதை அவளால் தாங்கிக்கொள்ள முடியவில்லை.

மகேஸ்வரனைப் பார்த்து நந்தகுமார் கேட்ட கேள்விகள் ஒவ்வொன்றும் அவள் இதயத்தில் வேல்களாக வடிவெடுத்துக் குத்தின. மகேஸ்வரனிடம் தன் மனதைப் பறிகொடுத்தது; ஏதோ ஓரிரு நாள் உடல் இன்பத்தோடு முடிந்துவிடுகிற கதையே தவிர வாழ்நாள் முழுவதும் தொடரக்கூடிய சுவையான தாடரக்கூடிய என்பதை அவள் தீர்மானித்துக் கொண்டாள். இலக்கியமல்ல எதற்கும் துணிந்து மகேஸ்வரன் தன்னை மனைவியாக்கிக்கொண்டால் கூட, பண்ணையார் குடும்பம் பாழ்பட்டுவிடுவதை எப்படி அவளால் தடுக்க முடியும்?

மரியாதையாக வாழ்ந்த ஒரு குடும்பத்தின் ஒற்றுமையைச் சிதற அடித்து- தந்தையையும் மகனையும் பிரித்துவைத்து - ஊரார் பார்த்து "எல்லாம் இந்தச் சிறுக்கியால் வந்ததுதான்! சந்தோஷமாக இருந்த பண்ணையார் குடும்பத்தைக் கெடுக்கும் சண்டாளியாக வந்து சேர்ந்தாள்" என்ற சாபத்தையும் பெறுகிற குற்றத் தைச் செய்ய வேண்டுமா?

விடை காண முடியவில்லை அவளால்!

இந்தக் கேள்விகள் அப்போதே எழுந்திருந்தால், இவ்வளவு பெரிய தவறுக்கான ஆரம்பமே ஆகியிருக்காதே என்றும் தன்னைக் கடிந்துகொண்டாள். நாடகங்களில் கேட்டதை - பார்த்ததைத் தவிர 'காதல்' என்ற சொல்லுக்கான விளக்கங்களை அறிந்தவள் அல்ல அவள்!

ஏதோ மகேஸ்வரனைக் கண்டதும் மனத்தில் எழுந்த உணர்ச்சி! ஆலின் விதை, பெரியதோர் விழுதுவிட்ட தருவாக வளர்ந்து விட்டதைப்போல் அந்த உணர்ச்சி அவளைத் தன் ஆதிக்கத்தின் கீழ் கொண்டுவந்துவிட்டது.

இனி என்ன செய்வது?

வீராயி, முனியாண்டி இருவரும் ஏற்கனவே அவளைப் பற்றி அந்தத் தெரு சிரிக்கக் கதை கட்டி விட்டிருக்கிறார்கள்.

தம்பி நந்தகுமாரின் கண் எதிரிலேயே மகேஸ்வரன் அணைப்பில் அவள் மெய்மறந்து நின்றிருக்கிறாள். தம்பிக்கும் மகேஸ்வரனுக்கும் இடையிலே ஒரு காரசாரமான விவாதத்திற்குரிய பொருளாக அவள் ஆகிவிட்டாள். முனியாண்டியும், அவள் மீது கொண்ட ஆசையைத் தீர்த்துக்கொள்ள முடியாத ஆத்திரத்தில் - அதற்குத் தடையாக வந்து நிற்கும் மகேஸ்வரனுக்கு எந்த நேரத்திலும் ஆபத்தை ஏற்படுத்தலாம்.

அனைத்துக்கும் சேர்த்து ஒரு நல்ல முடிவினைக் காணவேண்டுமானால் இனிமேல் அவள் உயிரோடு இருக்கக்கூடாது. தற்கொலை செய்துகொள்வதைத் தவிர வேறு வழியில்லை. தற்கொலை செய்து கொண்டால் அவளைப் பற்றி மேலும் பல கதைகளை ஜோடிக்க வீராயி தயாராகி விடுவாள். எனவே அந்தக் களங்கத்திலிருந்தும் விடுபட ஒரே வழி -வீட்டுக்குத் தீ வைத்துக்கொண்டு; பிறந்த வீட்டிலேயே கருகிச் சாம்பலாகி விடுவதுதான்!

தன் எண்ணம் நிறைவேறிய மறுநாளே, மகேஸ்வரன் வீட்டுத் தகராறு தீர்ந்துவிடும். தகப்பனும் மகனும் ஒன்றாகி விடுவார்கள். அந்த நல்ல காரியம் நடக்கவேண்டுமானால் தான் எடுத்துள்ள முடிவே பொருத்தமானது.

செங்கமலம், அந்தச் சிறிய வீட்டின் அடுப்பில் நெருப்பை மூட்டினாள். ஒரு பழைய துணியில் மண்ணெண்ணெய்யை ஊற்றி, அடுப்புக்கும் கூரைக்குமாகப் போட்டுவிட்டாள். தானும், அமைதியான நிலையில் தூணைப் பிடித்தவாறு அமர்ந்து கொண்டாள்.

பொன்னன், பாய்ந்து சென்று அவளைத் தூக்கி வராவிட்டால், சில நிமிட நேரங்களில் அவளது எலும்புத் துகள்கள்தான் கிடைத்திருக்கும். அவள் சாம்பலாகவில்லை. அவள் நெஞ்சில் நிறைவேற்றிக்கொண்ட தீர்மானம்தான் சாம்பலாகப்போய் விட்டது.

மாரி, தன்னுடைய பாட்டனார் காலத்தில் கட்டிய அந்தப் பழம்பெரும் குடிசை எரிந்து புகைந்துகொண்டிருப்பதைக் கண்டு கண்ணீர் வடித்தார்.

மகேஸ்வரன், எதைப் பற்றியும் கவலைப்படாத ஒரு அசாதாரணத் துணிச்சலுடன், "வாருங்கள், எல்லோரும் என் வீட்டுக்குப் போகலாம். செங்கமலம், உன்னையும்தான் அழைக்கிறேன்" என்றான் கம்பீரமாக!

தீயணைப்பதற்காகத் தெருவிலே கூடியிருந்தவர்கள் ஒருவர் முகத்தை ஒருவர் பார்த்துக்கொண்டு உதடுகளைப் பிதுக்குவதின் மூலமும், விழிகளை உருட்டுவதின் மூலமும் - தங்கள் விமர்சனங்களை வெளியிட்டுக்கொண்டனர்.

எப்படித் தன் உயிரை மாய்த்துக்கொள்ள வீட்டைக் கொளுத்துகிற முடிவை ஒரு நொடியில் செங்கமலம் எடுத்தாளோ; அதே மாதிரி மகேஸ்வரனின் அழைப்பை ஏற்று அவன் பின்னால் செல்லுகிற முடிவையும் அதே நொடியில் அவள் எடுத்தாள்.

மாரி, பொன்னன், மகேஸ்வரன், செங்கமலம், நந்தகுமார் ஐவரும் மகேஸ்வரனின் புதிய வீட்டுக்குள் நுழைந்தனர்.

"உங்களை மிகவும் அன்போடு கேட்டுக்கொள்கிறேன். உங்கள் வீடு எரிந்துபோனதைப்பற்றித் தயவுசெய்து கவலைப் படாதீர்கள். நீங்கள் மீண்டும் அங்கே புதிய வீடு கட்டிக் கொள்கிற வரையில் இந்த வீட்டிலேயே இருக்கலாம். யாரும் முகத்தைச் சோகமாக வைத்துக்கொள்ளாமல், புது வீட்டுக்குக்

குடி வந்திருக்கும் எனக்குப் பால் காய்ச்சிக் கொடுத்து, நீங்களும் மனங்குளிரச் சாப்பிடுங்கள். எங்கே, செங்கமலம்! சீக்கிரம் ஆகட்டும். இதோ இருக்கிறது அடுப்பு! அதோ இருக்கிறது பால்! உன் கையாலேயே காய்ச்சிக் கொடு.

மகேஸ்வரனின் வேண்டுகோளை நிறைவேற்றச் செங்கமலம் தயங்கவில்லை. அவள் உள்ளத்தில் ஏதோ ஒரு பெரிய பாரம் அழுத்திக்கொண்டிருந்தபோதிலும் அதைப் பொருட்படுத்தாமல் அடுப்பை மூட்டி, பால் காய்ச்சத் தொடங்கினாள்.

மாரியின் மேனி முழுதும் வியர்வைக் குளம்! அவர் உதடுகள் கடுங்குளிரில் நடுங்குவதுபோல் நடுங்கின!

"சின்ன எஜமான்! எனக்கு என்னமோ ரொம்ப பயமா இருக்குங்க! ஏதோ ஒரு விபரீதம் நடக்கப் போகுதுங்க! இந்த விஷயமெல்லாம் பெரிய எஜமானுக்குத் தெரிஞ்சா; மாரிப்பயல் எல்லாத்தையும் மறந்துட்டு நன்றி கெட்டுப் போயி நம்ப குடும்பத்தை இப்படி சீரழிச்சுட்டானேன்னு நினைப்பாருங்க!"

“நீங்க பயப்படாதிங்க! நான் எதற்கும் தயாராகத்தான் வீட்டை விட்டு வெளியேறினேன்."

மகேஸ்வரன், பேச்சை முடிப்பதற்குள் நந்தகுமார் குறுக் கிட்டான்.

"அப்பா! இனிமேல் எதையும் மூடி மறைத்துப் பயனில்லை நான் என் கடமையைச் சரியான நேரத்தில் செய்யத் தவறினால், இந்தக் குடும்பத்துக்குப் பெரிய பழியைக் கொண்டுவந்து சேர்த்தவனாகி விடுவேன்" என்றான்.

"என்னடா சொல்றே? விளங்கும்படியாச் சொல்லுடா!" என்று அவசரப்பட்டார் மாரி.

"திருக்கைவால் முனியாண்டியும் வீராயியும் அக்காளைப் பத்தியும் மகேஸ்வரனைப்பத்தியும் சொன்னதெல்லாம் உண்மை!"

"ஆ! என்னாது?"

மாரி, உரக்கக் கத்தினார்.

அவருடைய குரல் பயங்கரமாக இருந்தது.

"ஆமரம்! நானே நேரில் பார்த்த சாட்சி! அக்காளை மகேஸ்வரன் கல்யாணம் பண்ணிக்கிறதா எனக்கிட்ட உறுதி செய்து கொடுத்திருக்கிறார்!"

மாரிக்கு மயக்கமே வந்துவிட்டது. அவரால் நிற்க முடிய வில்லை.

"சின்ன எஜமான்! நந்தகுமார் சொல்றது நிஜந்தானா?" என்று கூச்சல் போட்டார்.

"எல்லாம் கற்பனை! நந்தகுமார் ஏதோ கனவு கண்டிருக்கிறான். நானாவது செங்கமலத்தை மணந்துகொள்வதாவது? யாராவது அப்படி நினைக்க முடியுமா? எல்லாம் பொய்! இல்லவே இல்லை!"

என்று மகேஸ்வரன் மறுத்துரைத்தவுடனே, நந்தகுமார் மகேஸ்வரன் மீது சீறிப்பாய்ந்து அவன் கன்னத்தில் ஓங்கி ஒரு அடி கொடுத்தான்.

அடுப்பிலிருந்த பால் சட்டி கீழே சாய்ந்ததைக்கூடக் கவனிக்காமல் ஆவேசமாகச் செங்கமலம் குறுக்கே ஓடிவந்தாள்.

அத்தியாயம் : 18

கன்னத்தை மெதுவாகத் துடைத்துக்கொண்டு மகேஸ்வரன் புன்முறுவல் பூத்தவாறு நந்தகுமாரைத் தட்டிக்கொடுத்தான்.

"சபாஷ்! நந்தகுமார்! இந்த உணர்ச்சியும் எழுச்சியும்தான் உன்னைப் பெற்றெடுத்த சமுதாயத்துக்குத் தேவை! உங்கள் உரிமைக் குரல் என்றைக்கு இவ்வாறு கிளர்ந்து எழுகிறதோ அன்றைக்கே இந்தச் சமுதாயத்துக்கு விடிவு காலம் ஏற்பட்டு விட்டதாக முடிவு கட்டலாம்.

மகேஸ்வரனின் உருக்கமிகு உரையைக் கேட்டுக்கொண்டு அனைவரும் அசைவற்று நின்றனர்.

பாய்ந்தோடி வந்த செங்கமலத்தின் விழிகளில் நீர்த்துளிகள் அரும்பு கட்டின.

தன் சகோதரி களங்கப்பட்டுவிட்டது மட்டுமல்லாமல் ஏமாற்றப்பட்டும் விட்டாளேயென்ற பதைப்பும் துடிப்பும் கொண்ட நிலையில் நந்தகுமார் மௌனமாக இருந்தான்.

"திருமணமா? அது ஒரு கனவு!" என்று திட்டவட்டமாகக் கூறியவன், நந்தகுமாரின் தாக்குதலுக்கு ஆளானபிறகு நந்தகுமாரின் ஆத்திரத்துக்குப் பாராட்டுப் பத்திரம் படித்துக் கொடுக்கிறானே; என்ன காரணம்?

பொன்னனுக்கு வீரவாடிச் சம்பவம் நினைவுக்கு வந்தது.

"நான் ஒரு அரிஜனப் பெண்ணைத்தான் மணப்பேன்" என்று அங்குதானே மகேஸ்வரன் சூளுரைத்துப் பேசினான். மாரிக்கு உலகமே சுழல்வது போன்ற தோற்றம். அவர் கண்கள் இருண்டன

நிம்மதியாகக் கழனி வேலைகளைக் கவனித்துக்கொண்டு, வம்பில்லாமல் வயிறு கழுவிக்கொண்டிருந்த குடும்பத்தில் எப்படி யெல்லாம் சூறாவளி வீசத் தொடங்கிவிட்டது? அவரால் அதைத் தாங்கிக்கொள்ள முடியவில்லை.

தன் மனத் துயரைப் பங்கிட்டுக்கொண்டு ஆறுதல் அளித் திட அஞ்சலையும் இல்லாமற் போய்விட்டாளே என்ற வேதனை வேறு இதயத்தில் இடியென முழங்கிற்று மாரிக்கு!

திடீரென்று இப்படியொரு வெடிகுண்டைத் தூக்கிப் போட்டுத் தன்னை நிலைகுலையுமாறு செய்துவிட்ட மகேஸ்வரனின் போக்கினை, செங்கமலத்தால் புரிந்துகொள்ள முடியவில்லை. தன்னை அவன் ஏமாற்றிவிட்டான் என்று அவசர முடிவுக்கு வரவும் அவள் தயாராக இல்லை,

"என்னய்யா சொல்லுவாங்க ஊர்ல இருக்கிறவங்க? ஏற்கனவே வீராயி சொன்னமாதிரி என் குடும்பத்துமேல காரித் துப்புவாங்களே! ஒரு பெண்ணோட வாழ்க்கையிலே விளையாண்டுட்டீங்களே! ஊர் சிரிச்சுப்போன இந்த சமாச்சாரத்துக்கு அப் புறம் எவன் வருவான் என் பெண்ணைக் கட்டிக்க! அய்யோ கடவுளே! ஏம்மா செங்கமலம்! உன்னைப் பூட்டிப் பூட்டி வச்சு வளர்த்தாளே உங்கம்மா! அந்தப் பத்தினி வயத்திலே இப்படி ஒரு பிசாசா வந்து பொறந்துட்டியே அம்மா! நான் ஊரார் முகத்திலே எப்படி முழிப்பேன்? நாலு பேரும் நாலைப் பேசறதைக் கேட்டுக் கிட்டு, இனிமேல எனக்கு வாழ்க்கை ஒரு கேடா? சின்னய்யா! நீங்க படிச்ச பிள்ளை! நீங்க நினைச்சா எத்தனையோ பெரிய எடத்துப் பெண்ணுங்க உங்க அந்தஸ்த்துக்கு ஏத்தப்படிக் கிடைச்சிருக்குமே! என் மகள் மனசையும் கெடுத்து, இப்ப அவளை இந்தக் கோலத்திலே நிறுத்திட்டீங்களே; நியாயமா இருக்கா உங்களுக்கு? பெரிய ஜாதிக்காரவுங்களுக்குக் கீழ்ஜாதிக்காரங்க புரிஞ்சு நடக்கணும்னுதான் விதி! விதி!

அய்யோ, எங்க தலைவிதி -பணிஞ்சு அவுங்களுக்குப் படுக்கை விரிக்கணும்னும் எழுதியிருக்கா? தெய்வமே! தெய்வமே!"

மாரி, தலையிலும் முகத்திலும் அடித்துக்கொண்டு கதறினார்

செங்கமலம், "அப்பா!" என்று அலறியவாறு மாரியின் கரங்களைப் போய்ப் பற்றினாள்.

எரிமலையாக மாறிவிட்ட அவர், செங்கமலத்தைக் கீழே தள்ளி, "நீ உயிரோடு இருக்காதே! அவமானச் சின்னமாக அலையாதே! இப்போதே தொலைந்து போய்டு!' என்று அவள் தொண்டைக்குழியில் காலை வைத்து அழுத்துவதற்கு முற்பட்டார்.

அதற்குள் பொன்னன் அவர் காலைத் தட்டிவிட்டு, "என்னப்பா இது? செங்கமலத்தைக் கொன்னுட்டா நம்ப குடும்பத் துக்கு ஏற்பட்ட கரும்புள்ளி அழிந்துவிடுமா? பண்ணையார் மகன் என்னதான் பதில் சொல்றார்னு பாக்கலாம்! கல்யாணம் செய்து கொண்டால் ஒரு அரிஜனப் பெண்ணைத்தான் செய்துகொள்வேன்னு சபதம் பண்ணினவராச்சே அவர்! இப்ப என்னய்யா சொல்றீங்க? வீரவாடி சபதம் வீண் சவடால்தானா? காரியத்திலே காட்டப்போறீங்களா?" என்று தந்தையைச் சமாதானப்படுத்திக் கொண்டே மகேஸ்வரனை நோக்கிக் கனல் பறக்கக் கேட்ட கேட்டான்.

"இந்தக் கேள்விகளுக்காகத்தான் காத்திருந்தேன். இப்போது பதில் சொல்லுகிறேன். நந்தகுமார்! அதற்குள் நீ இன்னொரு அடி கொடுத்துவிடாதே! மாரி, பொன்னா, நந்தகுமார், உங்கள் மூவரிடமும் சொல்கிறேன்; நான் செங்கமலத்தைத் திருமணம் செய்துகொள்ள முடியாது! முடியாது! முடியாது!"

இப்படியொரு பதில் பிறந்ததும் மூவரும் மகேஸ்வரனைச் சூழ்ந்து கொண்டார்கள்.

ஏன் முடியாது?

ஏன் முடியாது?

ஏன் முடியாது?

நெருப்பை வாரி இறைப்பது போல் மகேஸ்வரனை நோக்கிக் கேட்டார்கள்!

பொன்னனின் கைகள் மகேஸ்வரனின் குரல் வளையை அமுத்திடத் துடித்தன.

நந்தகுமார். ஒரு மண்வெட்டியைத் தூக்கி மகேஸ்வரனின் தலைக்கு மேலே ஓங்கினான்.

மகேஸ்வரன், கலகலவெனச் சிரித்தான். அந்தச் சிரிப்பு. நாடகம், சினிமாக்களில் காணுகிற வில்லன் சிரிப்பு அல்ல! களங்க மற்ற சிரிப்பு! அவன் சிரித்துக்கொண்டேயிருப்பது கண்டு மூவரும் திகைத்தனர்.

"ஏ! அப்பா! எவ்வளவு பெரிய அதிர்ச்சி வைத்தியம் செய்து, செங்கமலத்தை நான் திருமணம் செய்துகொள்ள உங்களிடம் அனுமதி பெற வேண்டியிருக்கிறது! நானாக வந்து பெண் கேட்டிருந்தால் சரியென்று ஒரு வார்த்தையில் சொல்லி யிருப்பீர்களா? இப்போது நீங்கள் அல்லவா போர்க்கொடி பிடித்து, 'செங்கமலத்தை மணந்து கொள்கிறாயா, இல்லையா?' என்று என்னை மிரட்டிக் கேட்கிறீர்கள்! என் தந்திரத்தில் எனக்குக் கிடைத்த மகத்தான வெற்றி இது! மாமனார் மாரி அவர்களே! அன்பு மைத்துனர்களே! மகேஸ்வரன் - செங்கமலம் திருமணம் நடந்தே தீரும். இந்த முடிவை மாற்ற யாராலும் முடியாது! செங்கமலம்! நீ கூடப் பயந்துவிட்டாய் அல்லவா?"

மகேஸ்வரன் அளித்த விளக்கத்தில் அந்தப் புதிய வீடு பூரிப்பால் பொங்கி வழிந்தது.

ஒரு வார காலம் தனக்கு அவகாசம் வேண்டுமென்றும், அதற்குப் பிறகு திருமண ஏற்பாடுகளைக் கவனிக்கலாம் என்றும் மகேஸ்வரன் கேட்டுக் கொண்டான்.

தன் மகளை மணக்க மகேஸ்வரன் ஒத்துக்கொள்ள முடியாது என நடித்தபோது ஆத்திரத்தின் உச்சிக்கே சென்றுவிட்ட மாரி, இப்போது மகேஸ்வரன் திருமணத்திற்கான ஒப்புதலை அளித்தவுடன் குழப்பத்திற்கு ஆளானார்.

இப்படியொரு புரட்சித் திருமணத்தை இந்த ஊர் தாங்குமா? பண்ணையார் எந்த அளவுக்கு வேதனைப்படுவார்? மாரி, தடுமாறினார்.

தன்னைத்தானே தாழ்த்திக்கொண்டு அது ஆண்டவனின் கட்டளை - சாத்திர சம்பிரதாயம் என்று மூடநம்பிக்கைகளைக் கட்டியழுதுகொண்டு மூலையில் உட்கார்ந்திருக்கும் சமுதாய மல்லவா? அதனால் மாரிக்கு அச்சம் துளைத்தது! அதே சமயம் மகளுக்கு வந்த களங்கம் நீங்கிவிடுகிறது என்ற மகிழ்ச்சியும் ஏற்படாமல் இல்லை.

"வேலையிருக்கிறது, கொஞ்சம் வெளியில் போய் வருகிறேன்" என்று கூறிவிட்டு, மகேஸ்வரன் விடைபெற்றுப் புறப்பட்டான்.

பொன்னன், மாரியிடமும் நந்தகுமாரிடமும் சில விஷயங்களைப் பேச விரும்பினான். இனி இந்த ஊரில் இருப்பது சரியல்ல! பக்கத்தில் மாயவரம், அல்லது திருவாரூர் என்று எங்காவது குடிபோய் விடவேண்டும். செங்கமலம் திருமணத்தைக் கூட அங்கே தான் நடத்த வேண்டும். ஆகையால் மாயவரத்திலோ திருவாரூரிலோ ஒரு வீடு பார்த்துக் குடிபோவதுதான் சிறந்தது. மகேஸ்வரன்

செங்கமலத்தைத் திருமணம் செய்துகொண்டு பட்டணத்துக்கு அழைத்துக்கொண்டு போய்விடுவார். எப்போதாவது மாப்பிள்ளையும் பெண்ணும் நம் வீட்டுக்கு வருவதாக இருந்தால் அவர்கள் தங்கிச் செல்ல ஓரளவு கௌரவமான ஒரு வீடாவது இருக்க வேண்டும்.

இப்படிச் சில யோசனைகளைப் பொன்னன் சொன்னதும் மாரிக்குப் பதில் சொல்லவே இயலவில்லை.

நகரப் பகுதியில் சென்று வசிப்பதற்கு என்ன வசதியிருக்கிறது? ஒரு வீடு வாங்குவதென்றால் பணம் வேண்டாமா? அந்த வீட்டில் வசிப்பதற்கேற்ற தகுதி வேண்டாமா?

மாரியின் மனப்புயல் அதிகரித்தது. பொன்னன், அதற்கான திட்டம் வைத்திருந்தான். திருவாரூரில் நாலாயிர ஐயாயிர ரூபாயில் ஒரு வீடு விலைக்கு வருகிறது. அதை வாங்கிவிடலாம். ஏதாவது தொழில் செய்யவும் - அந்தத் தொழிலையும் பொன்னனும் நந்தகுமாரும் சேர்ந்து செய்யவும் கொஞ்சம் பணம் தேவைப்படும். அதற்கும் கவலைப்படத் தேவையில்லை. எல்லா ஏற்பாடுகளுக்கும் தயார்!

பொன்னன் அவிழ்த்துவிட்ட புதிர்களை அவர்களால் புரிந்து கொள்ள முடியவில்லை.

"என்னப்பா ஏற்பாடு? என்ன சொல்லுகிறாய்? ஏதாவது பைத்தியம் பிடித்துவிட்டதா உனக்கு?"

மாரி, மேலும் மேலும் குழப்பத்துக்கு ஆட்பட்டு மகனை நோக்கிக் கேட்டார்.

"அதைப்பத்தியெல்லாம் ஏன் கவலைப்படுறீங்க? நான் இன்னைக்கே புறப்பட்டு, திருவாரூர் அல்லது மாயவரம்

போய் எல்லா ஏற்பாடுகளையும் முடிச்சுகிட்டு வர்ரேன்" என்று கூறிய பொன்னன்; அவர்களது மறுமொழிக்குக் காத்திராமல் அந்த வீட்டை விட்டுக் கிளம்பிவிட்டான்.

"கடவுளே! கடவுளே! எனக்கு ஒண்ணுமே புரியலியே!" என்று ஆகாயத்தை நோக்கித் தொழுதார் மாரி!

பேருந்து வண்டியொன்றில் திருவாரூர் வந்து இறங்கினான் பொன்னன்.

அவன் இடுப்பில் மிக ஜாக்கிரதையாக முடிந்து வைத்திருந்த அந்தப் பையைத் தொட்டுப் பார்த்துக்கொண்டான்.

கழனியின் வரப்பு ஓரத் தாழங்காட்டில் குழந்தையொன்றைக் கண்டெடுத்தபோது பொன்னன் கையில் கிடைத்த சுருக்குப்பை தான் அது!

பதினைந்து சவரன் பவுன் நாணயங்களும் வைரக் கம்மலும் வைரமூக்குத்தியும் அந்தப்பையில்தானே இருந்தன!

சவரன்களை ரூபாயாக மாற்ற பொன்னன் விரும்பவில்லை.

தன் தங்கை செங்கமலம், வைரக் கம்மலும் வைர மூக்குத்தியுமா அணிந்துகொள்ளப் போகிறாள்? அதனால் அந்தக் கம்மல்களையும் மூக்குத்தியையும் விற்றுவிட்டு; வீடு வாங்குகிற திட்டத்தையும் தொழில் தொடங்குகிற திட்டத்தையும் நிறைவேற்றிவிடலாம் என்பது அவன் நினைப்பு!

திருவாரூர் விசயபுரத்தில் உள்ள ஷராப்புக் கடைகளின் பக்கம் அவன் கால்கள் நடந்துகொண்டிருந்தன.

விசயபுரம் கடைத்தெருவில் மிகப் பெரிய காசுக்கடை யொன்று அவனைக் கவர்ந்தது.

சாதாரண சட்டையும் வேட்டியும் அணிந்துகொண்டிருந்த அவன் அந்தக் காசுக்கடையில் நுழைவதைக் கடையில் உள்ளவர்கள் ஆச்சரியத்தோடு பார்த்தார்கள்.

கடை முதலாளி "என்னப்பா வேண்டும்?" என்று கேட்டார்.

பொன்னன், சுருக்குப் பையை அவிழ்த்து கம்மல்களையும் மூக்குத்தியையும் கொடுத்து, "இதை விற்பதற்கு வந்தேன்" என்று கூறினான்.

சவரன்களைச் சுருக்குப் பையில் இருந்து எடுக்காமல் பையை மடியில் வைத்துக் கட்டிக்கொண்டான்.

வைரக்கம்மலையும், வைர மூக்குத்தியையும் பார்த்த கடை முதலாளிக்கு முகத்தில் ஆயிரம் மாறுதல்கள்! "கொஞ்சம் இரு! வருகிறேன்!" என்று சொல்லிவிட்டு, அவர் கடைக்குள்ளே சென்றார்.

உள்ளேயிருந்தவர்களிடம் கம்மலையும் மூக்குத்தியையும் காட்டினார்.

அவர்கள் தீர்மானமாகச் சொன்னார்கள்; இவற்றை அம்பல பண்ணையார் வீட்டுக்கு நாம்தான் செய்து கொடுத்தோம் என்று!

"சரியானபடி திருடன் மாட்டினான்" என்று சொல்லிக் கொண்டே தொலைபேசியில் கடை முதலாளி, போலீசாருடன் தொடர்பு கொண்டார்.

உள்ளே சென்றவர் இன்னும் வரவில்லையே என்று ஆவலுடன் எதிர்பார்த்துக்கொண்டிருந்த பொன்னன், அந்தக் கடையில் திடீரெனப் போலீசார் திபுதிபுவென நுழைவது கண்டு திடுக்கிட்டான்.

அத்தியாயம் : 19

"இதோ இந்த ஆள்தான்" என்று கடை முதலாளி அடையாளம் காட்டினார். போலீஸ் அதிகாரி, காவலர்களுக்கு ஆணையிட்டார் பொன்னனைக் கைது செய்யும்படி! கடைக்கு முன் நின்றுகொண்டிருந்த போலீஸ் வேனில் பொன்னனைக் கொண்டு போய் உட்கார வைத்தார்கள். கடை முதலாளி, போலீஸ் அதிகாரியிடம் புகார் மனுவை எழுதிக் கையெழுத்திட்டுக் கொடுத்தார்.

வைரக் கம்மலையும், மூக்குத்தியையும் அதிகாரி பெற்றுக் கொண்டு, சட்டபூர்வமான சம்பிரதாயங்கள் நிறைவேறியபிறகு போலீஸ் அதிகாரி, வேனின் முன் இருக்கையில் போய் அமர்ந்து கொண்டார். பொன்னனின் இருபுறத்திலும் காவலர்கள் எச்சரிக்கையுடன் அமர்ந்து கொண்டனர் அதிகாரியின் சைகைக்காகக் காத்துக் கொண்டிருந்த டிரைவர், அவரது விழியசைவை உத்திரவாக எடுத்துக்கொண்டு வேனை ஓட்டத் தொடங்கினார்.

வேன், அந்த ஊர்ப் போலீஸ் ஸ்டேஷனை நோக்கிச் செல்லவில்லை. மாயவரம் போகும் சாலையில் ஓடிக்கொண்டிருந்தது. பொன்னனுக்குத் தன்னை எங்கு கொண்டு போகிறார்கள் என்பது புரிந்துவிட்டது. பூந்தோட்டம் கடந்து அம்பலுக்குக் கொண்டு போய்ப் பண்ணையார் வீட்டில் நேரடியாகப் பண்ணையார் முன்னிலையில் விசாரணை நடத்தி, அவரிடமும் ஒரு புகார் மனுவை எழுதி வாங்கிடப் போகிறார்கள் என்பதை அவன் உணர்ந்து கொள்ள அதிக நேரமாகவில்லை.

பொன்னன் அந்த வேனின் வலைக்கம்பிகளில் சாய்ந்தவாறு கண்களை மெல்ல மூடினான். தூங்குவதற்காக அல்ல! வாடிக்கையாகத் திருடுகிறவர்களாக இருந்தால் போலீஸ் வேன் என்பது அரசாங்க விருந்துக்காகத் தன்னை அழைத்து

வருவதற்கு அனுப்பி வைக்கப்பட்ட 'இம்ப்பாலா' கார் என்று நினைத்துக்கொண்டு உல்லாசமாக உறங்கிடுவதுண்டு. பொன்னனுக்கு உறக்கம் எப்படி வரும்? தன் தந்தை மாரியின் தலையில் மீண்டும் ஒரு பேரிடி விழுகிற செய்திக்குத் தான் காரணமாகிவிட்டதை நினைத்துக் குலுங்கினான் அவன்.

இன்னும் அவன் மடியிலிருக்கும் சவரன்களைப் போலீசார் சோதனையிடவில்லை. அதுபற்றிய அக்கறையோ எண்ணமோ அவர்களுக்குத் தோன்றவில்லை. கையும் களவுமாகப் பிடிபட்ட திருடனை நேராகப் பண்ணையார் வீட்டுக்கு அழைத்துச் சென்று அந்த நகைகள் அவர்களுடையதுதானா என்று அறிந்து பொன்னன் மீது வழக்கை வலுவாகத் தொடர்வதிலேதான் போலீசார் ஆர்வம் கொண்டிருந்தனர்.

மூடிய விழிகளைத் திறக்காமலே பொன்னன் அந்த வேனில் அமர்ந்திருந்தான். ஆனால் அவன் நினைவின் பார்வை தொலை தூரத்துக்கு ஒளிவிட்டுக்கொண்டிருந்தது. கடந்தகால நிகழ்ச்சிகள் ஒன்றன்பின் ஒன்றாக அவனது மனத்திரையில் காட்சியாயின .

சுமார் ஒன்று அல்லது ஒன்றரை ஆண்டுக்கு முன்பு அந்தப் பகுதியில் உள்ள கிராமங்களில் திருட்டு, கொள்ளை போன்ற சம்பவங்கள் அடிக்கடி நிகழ்ந்து கொண்டிருந்தன. சற்று வசதியுள்ள குடும்பத்தினர், இரவு நேரங்களில் வயிற்றில் நெருப்பைக் கட்டிக்கொண்டுதான் வாழ்க்கை நடத்தி வந்தனர்.

பண்ணையார் பரமேஸ்வரன், கொள்ளைக்காரர்கள் தன் வீட்டில் நுழைந்துவிடக்கூடாதென்ற அச்சத்தில் முன்ச்சரிக்கையாகத் தனது பண்ணை ஆட்களை வீட்டுக்குக் காவல் போட்டு வைத்திருந்தார். வீட்டு முகப்பில் ஒரு ஆளும், வீட்டின் இரு புறங்களிலும் இரண்டு ஆட்களும், தோட்டத்துப்

பக்கம்; அதாவது வீட்டின் கொல்லைப்புறத்தில் ஒரு ஆளும் நாள்தோறும் இரவு நேரங்களில் காவல் புரிந்து வந்தனர்.

கொல்லைப்புறத்துக் காவல் உத்தியோகம் பொன்னனுக்குக் கிடைத்திருந்தது. பக்கத்து ஊரில் உள்ள பார்வதியம்மாளின் ருந்தது. பக்கத்து தாயாருக்குத் திடீரென உடல்நலமில்லை யென்று செய்தி வரவே; பண்ணையார் பரமேஸ்வரனும், அவர் மனைவி பார்வதியும், உடனடியாக அந்தக் கிராமத்துக்குப் பயணப்பட்டார்கள். காமாட்சி, வீட்டில் தனியாக இருந்தாள். அந்த வீட்டுக்கு வேலைக்காரி ஒருத்தி உண்டென்றாலும் அது சரியான சோற்றுப்பிண்டம். முழுச் சோம்பேறி. முக்கால் செவிடு. இந்த அழகில்; திக்குவாய் வேறு! இராக்காவல் பார்க்கும் எல்லோரையும் கூப்பிட்டு, ஜாக்கிரதையாக இருக்குமாறு கூறிவிட்டுத்தான் பண்ணையாரும், பார்வதியம்மாளும் வண்டி கட்டிக்கொண்டு புறப்பட்டார்கள்.

வழக்கம்போல் முன்நேரத்திலேயே பண்ணையாட்கள் காவலுக்கு வந்துவிட்டனர். கொஞ்ச நேரம் தெருப்பக்கம் உட்கார்ந்து நால்வரும் 'அரட்டை' அடித்துக் கொண்டிருந்துவிட்டு, பிறகு அவரவர் படுத்துக்கொள்ளும் இடத்துக்குப் போனார்கள். பொன்னன் கொல்லைப்புறம் சென்று கிணற்றடியையும் மற்ற பகுதிகளையும் ஒரு சுற்று சுற்றிப் பார்த்துவிட்டு - ஒரு மரத்தின் கீழுள்ள பலகையின் மீது படுத்துக்கொண்டான்.

அன்று வானத்தில் நிலவு இருந்தது. அவன் கண்கள் நிலவையே நோக்கிக் கொண்டிருந்தன. ஏதோ ஒரு வகையான இன்ப உணர்வை அந்த நிலவின் ஒளி அவன் உடலில் புகுத்தியதே தவிர, அவனுக்கு அந்த நிலவை வர்ணிக்கவோ சிறப்பித்துக் கற்பனைக் கவி பாடவோ நிச்சயம் தெரியாது.

அருவியில் ஒரு பாமர மனிதன் குளிக்கும்போது அதன் குளிர்ச்சியை அனுபவிக்கிறான். "ஆகா! வெள்ளியொளி

காட்டி வீழ்கின்ற இந்த அருவியின் எழிலும் பன்னீர் தெளிப்பதுபோல் ஏற்படும் சுகமும் - என் உள்ளத்தில் புதியதோர் தெம்பினை ஏற்படுத்துகிறதே!" என்றா அந்தப் பாமரன் அருவியைப் புகழ்ந்து கொண்டு நிற்பான்! அதே நிலைதான் நிலவு ஊர்வதைக் கண்டுகளித்த பொன்னனுக்கும்!

தூக்கம் வராமல், பலகையில் புரண்டு படுத்துக்கொண்டான். காவலுக்கு வந்தவன் தூங்கக்கூடாதல்லவா? அவன் அருகே ஒரு டார்ச் விளக்கு கிடந்தது. நீண்ட தடிக்கம்பு ஒன்றும் இருந்தது. கொல்லைக் கதவு மெதுவாகத் திறக்கும் சப்தம் கேட்டது. பொன்னன் திரும்பிப் பார்த்தான். கதவைத் திறந்து கொண்டு காமாட்சி வந்துகொண்டிருந்தாள். கொல்லைப் புறத்தின் கடைசியில் உள்ள கழிவறைக்கு அவள் சில நாட்கள் செல்வது உண்டு. எனவே, பொன்னன் அதற்காக அலட்டிக் கொள்ளாமல் மீண்டும் திரும்பிப் படுத்துக்கொண்டான்.

காமாட்சி. அவன் பின்னால் வந்து நின்று அவனையே கண் இமைக்காமல் பார்த்துக்கொண்டிருந்ததை அவன் கவனிக்கவில்லை. பிறகு, காமாட்சி கழிவறைப் பக்கம் போய்விட்டாள். கழிவறையின் கதவு திறந்து மூடியதிலிருந்து காமாட்சி அங்கிருந்து மீண்டும் வீட்டுக்குத் திரும்பிவிட்டாள் என்பது அவனுக்குப் புரிந்து விட்டது.

"அம்மா! கொல்லைக் கதவு தாழ்ப்பாளை நல்லா போட்டுக்கிங்க!" என்று பொன்னன், காமாட்சியின் காதில் விழும்படியாகச் சொல்லி முடிப்பதற்குள் "ஆ அய்யோ!" என்று காமாட்சி அலறிய ஒலி கிளம்பியது. பொன்னன், டார்ச் விளக்குடன் காமாட்சியிடம் ஓடினான். அவள், தன் பாதத்தை அமுக்கிப் பிடித்த வாறு கொல்லைப்புறத்தில் புல் தரையில் நடுங்கியபடி உட்கார்ந்திருந்தாள்.

"என்னம்மா?"

"என்னமோ தெரியலே! கடிச்சிட்டுது!"

பொன்னன், அவசர அவசரமாக டார்ச் விளக்கைப் பிடித்துப் பார்த்தான். சற்றுத் தொலைவில் நல்ல பாம்பொன்று வெகு வேகமாக ஓடிச்சென்று புதர் மறைவில் காணாமற் போய்விட்டது. பாம்பைத் தொடரும் முயற்சியில் ஈடுபடாமல் பொன்னன், டார்ச் விளக்கைக் காமாட்சியின் கால் பாகத்தில் அடித்துப் பார்த்தான். அவள் பாதத்தின் மேல் பகுதியில் பாம்பு தீண்டிவிட்டது என்பதை உணர்ந்துகொண்டான்.

"அம்மா! பாம்புதான் கடிச்சிருக்கு! பயப்படாதிங்க! நான் உங்களைக் காப்பாத்துறேன்" என்று சொல்லிக்கொண்டே, அவளது அனுமதி எதுவும் கேட்காமலே அவளது சேலை முந்தானையைக் கிழித்து அவளின் கெண்டைக்காலில் இறுக்கிக் கட்டி இரத்த ஓட்டத்தைத் தடைப்படுத்தினான். அடுத்து, ஒருக்கணம் கூடத் தாமதிக்காமல் தன் சட்டைப் பையிலிருந்த பேனாக் கத்தியை எடுத்து பாம்பின் பல் பட்டிருந்த அவளது பாதத்தில் கீறினான். இரத்தம் குபுகுபுவென வெளிவந்தது.

தன் வாயை அந்தக் காயத்தில் வைத்து உறிஞ்சி உறிஞ்சி விஷங்கலந்த அந்த இரத்தத்தைத் துப்பினான். தொடர்ந்து உறிஞ்சி, பாம்பின் விஷம் அவள் இரத்த ஓட்டத்தில் கலந்து காலுக்கு மேல் சென்றுவிடாதபடி பாதுகாத்தான். அதிர்ச்சியிலும், பாம்பு கடித்துவிட்டதே என்ற பயத்திலும் காமாட்சி சிறிது மயக்கமுற்றுக் காணப்பட்டாள். அவளை அப்படியே படுக்க வைத்துவிட்டு, கிணற்றடித் தொட்டிக்குச் சென்று அதிலிருந்து ஒரு குவளையில் தண்ணீரைக் கொண்டுவந்து அவள் முகத்தில் தெளித்தான். சிறிது நேரங் கழித்து அவள் விழிகளை லேசாகத் திறந்துபார்த்தாள்.

"என்னை உள்ளே தூக்கிக்கொண்டு போய்ப் படுக்க வை!" என்று மெதுவான குரலில் பேசினாள்.

அதுபற்றி இமைப்பொழுது அவன் யோசித்துத் தயங்கினான் என்றாலும், உடனே அவளைத் தூக்கிக்கொண்டு கொல்லைக் கதவு வழியாக உள்ளே சென்றான். வேலைக்காரி, மேகங்கள் உறுமு போல குறட்டை விட்டுத் தூங்கிக்கொண்டிருந்தாள். காமாட்சியைக் கைகளில் ஏந்தியவாறே, "வேலைக்காரியை எழுப் பட்டுமா?" என்றான் பொன்னன்.

"ஊஹூம் காமாட்சி! வேண்டாம்!" என்று தலையசைத்தாள்.

"உங்க அறை எதும்மா?" என்று கேட்ட பொன்னனுக்குத் தன் படுக்கையறையைச் சுட்டிக்காட்டினாள். பொன்னன் அவளைத் தூக்கிக்கொண்டு அந்த அறைக்குள்ளே நுழைந்தான். அழகான படுக்கை ஆடம்பரமான அறை. கண்ணனும் ராதையும் கட்டித் தழுவிக்கொண்டிருக்கும் அற்புதமான தந்தச் சிலை. காமாட்சியைப் படுக்கையில் கிடத்தினான்.

"குடிக்கக் கொஞ்சம் தண்ணீர்" என்றாள்.

பொன்னன், சுறறுமுற்றும் பார்த்தான். அந்த அறையிலிருந்த வெள்ளி ஜாடியை அவனுக்குக் காமாட்சி காட்டினாள். அவன், அதிலிருந்து தண்ணீர் மொண்டு அவளுக்குக் கொடுத்தான். அவன் கையாலேயே தன் வாயில் கொடுக்குமாறு காமாட்சி ஜாடை காட்டினாள். "ஆபத்துக்குப் பாபமில்லை!" என்று அவன் மனம் அவனுக்குத் தைரியம் கூறியது. பொன்னன் கையிலிருந்த குவளையை மட்டுமன்றி, அவன் கரங்களையும் அமுக்கிக்கொண்டு, காமாட்சி தண்ணீர் பருகினாள்.

"இப்ப எப்படி இருக்கு?" என்றான் பொன்னன் கவலையுடன்! காமாட்சியின் முகத்தில் பய உணர்ச்சி மறைந்து வேறு வகையான உணர்ச்சி பரவியது. "ரொம்ப நல்லா இருக்கு" என்று பதில் சொல்லிக்கொண்டே, அவன் கைகளை அழுத்திப் பிடித்துக்கொண்டாள். அவன் உடல் முழுதும் வியர்த்துக்கொட்டியது.

"அடேடே! ஏன் இப்படி வியர்க்கிறது! த்சு! த்சு!" என்று கேட்டவாறே; கிழிந்தது போக மிச்சமிருக்கும் முந்தானையால் அவன் முகத்தில் உள்ள வியர்வையைக் காமாட்சி துடைத்துவிட்டாள்.

முந்தானை, அவன் முகத்திற்குப் போனதும் அவளது கட்டுடலைப் பொன்னன் பார்க்க மறுத்தாலும், அந்த எடுப்பான உடல், அவன் தன்னைப் பார்க்கும்படியாகச் சுண்டி இழுத்தது. அவன் தலை சுழன்றது.

"நான் வர்ரேன்" என்றான்.

"அய்யோ! எனக்கு மறுபடியும் மயக்கம் வர்ரது மாதிரி இருக்கே!" என்று சாயப்போனாள் காமாட்சி!

பொன்னன் திடுக்கிட்டு ஓடிச்சென்று அவளைக் கீழே விழாமல் தாங்கிப் பிடித்தவாறு கட்டிலில் நடுக்கத்தோடு உட்கார்ந் தான். அவளோ, மெய்மறந்த நிலையில் அவன் மீது சாய்ந்து கிடந்தாள். பொன்னன் எச்சில் விழுங்கிக் கொண்டான். அவன் இதயம் படபடவென அடித்துக் கொண்டது.

அவன் மேல் சாய்ந்திருந்த காமாட்சியின் கரங்கள் அவன் மேனியை வருடிற்று. அவனும் தன்னை இழந்தான். அவளும் தன்னை இழந்தாள். பாம்பின் விஷத்தால் பாதிக்கப்பட இருந்த அவள் உடலில் இப்போது அமுத வெள்ளம் பெருக்கெடுத்துக் கரைபுரண்டு கொண்டிருந்தது. விஷத்தை உறிஞ்சி எடுத்த அவன் வாய்க்குக் காமாட்சியின் இதழ் வடிக்கும் தேன் துளிகள் பரிசாகக் கிடைத்தன.

நினைவு அலைகள் தடைப்படவில்லை. போலீஸ் வேனில் பொன்னன் இன்னும் கண்விழிக்காமலே கடந்த கால நிகழ்ச்சிகளைக் கனவுபோலக் கண்டுகொண்டிருந்தான்.

அத்தியாயம் : 20

"இப்படித்தான் வேணி ஆரம்பமாயிற்று! அதைக் காதல் என்று சொல்வதா? அல்லது பொன்னன் மீது ஏற்பட்ட இனம் தெரியாத ஒரு அன்பு என்று குறிப்பிடுவதா? இல்லை! நிச்சயமாக இல்லை! பருவமடைந்து திருமணத்திற்காகக் காத்துக் கிடந்த பெண் நான்! திருமணப் பேச்சுக்கள் அடிக்கடி அடிக்கடி என் வீட்டில் பேசப்படுவதும் அதன் தொடர்பாக என் இதயத்தில் எத்தனையோ எதிர்கால இன்பக் கனவுகள் பூத்திடுவதும் பூத்திட்ட கனவுகள் கசங்கி வாடி உலர்ந்து உதிர்ந்து போவதும் என்னை எப்படியோ மாற்றி விட்டிருந்தன. பருவமுற்றுப் பல வருடகாலம் வீட்டுக்குள்ளேயே பூட்டப்பட்ட பாவைகள் மட்டுமல்ல; ஆடவர்களுடன் அலுவலகங்களில் பணியாற்றும் மகளிர் எத்தனையோ பேர் மனஉறுதியுடன் வாழ்கிறார்கள் என்பதை நான் அறியாதவள் அல்ல!

எனக்கும் பொன்னலுக்கும் ஏற்பட்ட அந்த உறவு இரு உள்ளங்களின் பாசப் பிணைப்பு அல்லவே அல்ல! உடலைத் தகித்த உணர்ச்சியின் சங்கமம். உன்னிடம் சொல்வதில் எனக்கு வெட்கமொன்றுமில்லை. பல இரவுகள் நான் உறக்கமின்றிப் படுக்கையில் புரண்டிருக்கிறேன். என் உடற்பசியை நினைத்து நினைத்து இப்போது நான் தலைகுனிகிறேன். வயிறு காய்ந்த நிலையில் வாடுபவனுக்குப் பொங்கலும் புளியோதரையும் கிடைத்தால்தான் சாப்பிடத் தோன்றுமா? ஒரு வரண்ட ரொட்டித் துண்டு கிடைத்தால்கூட பசியை அடக்கிக் கொள்ள அதைக் கடித்து விழுங்கிவிட மாட்டானா? ஏண்டி உனக்கு அப்படியொரு அகோரப் பசி எடுத்தது என்று மட்டும் என்னைக் கேட்டுவிடாதே! என்னைப் போலத் துன்பத்தை நீ அனுபவிக்கிற வாய்ப்பையே பெறவில்லை. அப்படியே பெற்றிருந்தால்கூட உன் இயல்பு என்னைப் போல வாழ்வையே பாழாக்கிக்

கொள்கிற நிலைமைக்கு இடம் தந்திடாமல் இருந்திருக்கலாம்.

விபத்துக்கள் முன் எச்சரிக்கை கொடுத்துவிட்டு வருவதில்லை. இருந்தாலும் விபத்துக்களைத் தவிர்ப்பதில் விமானத்தையோ, ரயிலையோ, காரையோ ஓட்டுபவர்கள் எச்சரிக்கையாகத்தானிருக்கிறார்கள். அப்படியிருந்தும் ஒரு நாளைக்கு நான்கைந்து விபத்துச் செய்திகள் பத்திரிகைகளில் வந்துகொண்டுதானே இருக்கின்றன. அப்படியொரு விபத்தில் சிக்கிக்கொண்டவள்தான் உன் தோழி காமாட்சி என்ற நினைவோடு என்மீது நீ பரிவு காட்டுவாய் என்று நான் நம்புகிறேன்.

பொன்னன் எனக்கேற்ற அழகன் என்றோ, அறிவுத்திறன் பெற்றவன் என்றோ நான் அவனை அடையத் தவங்கிடக்கவில்லை. ஒரு சாதாரண சராசரி மனிதன்தான்! இன்னும் சொல்லப் போனால் எங்கள் சாதிக் கௌரவத்துக்கும், பொன்னனின் சாதிக்கும் மலைக்கும் மடுவுக்குமுள்ள வித்தியாசம் உண்டு என்பது உனக்கே தெரியும். இதையெல்லாம் கடந்து, பொன்னனின் எடுப்பான உடலும், கம்பீரமான தோற்றமும் என்னைப் பல தடவைப் பசிகாரியாக்கித் தவிக்க விட்டிருக்கின்றன.

அன்று அப்பாவும் அம்மாவும் பாட்டி வீட்டுக்குப் போய் விட்டார்கள். இல்லாவிட்டால் அந்தச் சம்பவம் கூட அன்று நடக்காமலே போயிருக்கக்கூடும். பொன்னனைச் சந்திக்க வேண்டுமென்ற நோக்கத்தோடு அன்றிரவு நான் கொல்லைப்புறம் செல்லவில்லை. ஏதோ இயற்கையாகச் சென்றேன். நிலவின் ஒளியில் பொன்னனின் உடற்கட்டு என்னை மேலும் ஒரு அடிகூட எடுத்து வைக்கமுடியாத அளவுக்கு மயக்கிவிட்டது. உடற்பசியின் கடுமையை என்னால் உணர்ந்து கொள்ள முடிந்தது. பாம்பு தீண்டிய போது உடம்பில் விஷம் ஏறத்தொடங்கியதே அதே வேகத்தில் என்று ஒப்பிட்டுக் கூறமாட்டேன்; அதைவிட ஆயிரம் மடங்கு அதிக

வேகத்தில் என் ரத்த நாளங்கள், நாடி நரம்புகள் அனைத்தும் கொதிப்படைந்துவிட்டன.

விஷம், உடலில் பரவாமல் தடுத்திட பொன்னன்; காலில் ஒரு அழுத்தமான கட்டினைப் போட்டது போல - என் காம உணர்ச்சியைப் பரவாமல் தடுத்திட என்னால் கட்டுப் போடவும் முடியவில்லை. கடிவாளத்தை இழுத்து அந்த முரட்டுக் குதிரையின் பாதை தவறிய பாய்ச்சலைத் தடுத்திடவும் முடியவில்லை. பொன்னன், என்னைக் கட்டிலில் கொண்டுவந்து கிடத்தியதும் என்னையறியாமல் தழுவிக்கொண்டு, பொன்னனின் உடலில் படர்ந்து கிடந்தேன்.

பாம்பு கடித்துக் களைப்பும் மயக்கமும் இருந்த காரணத்தால் அன்றிரவு - பொன்னன் என்னை மிக ஜாக்கிரதையாகக் கையாண்டது எனக்குப் புரிந்தது. எவ்வளவு நேரம் இருவரும் அந்தக்கட்டிலில் இறுகத் தழுவியவாறு இருந்தோம் என்பது தெரியாது. காலையில் எழுந்து பார்த்தபோது என் இதழ்கள் மாதுளை முத்துக்களைப் பிழிந்தெடுத்த சாறு போல் சிவப்பேறியிருந்தன. மறுநாள், பாட்டி வீட்டிலிருந்து அப்பாவும் அம்மாவும் திரும்பி வந்து விட்டார்கள். முதல் நாள் இரவு நடந்த நிகழ்ச்சிகள் எதுவுமே அவர்களுக்குத் தெரியாது; பாம்பு கடித்தது உட்பட!

அடுத்த நாள் இரவு, என் கால்கள் என் அனுமதியின்றியே கொல்லைப்புறம் சென்றன. அப்பா, அம்மா உட்பட அனைவரும் உறங்கிக் கொண்டிருந்தார்கள். பொன்னன் படுத்திருக்கும் இடத்துக்குச் சென்றேன். பொன்னன் முதல் நாள் நினைவுகளில் லயித்துப்போய் உறக்கமின்றித் தொல்லைப்பட்டதாகத் தெரியவில்லை. பொன்னனின் லேசான குறட்டை ஒலி கேட்டுக்கொண்டிருந்தது. ஓசைப்படாமல் அருகில் உட்கார்ந்தேன். பொன்னனின் உதடுகளை, என் உதடுகளால் அழுத்தினேன். பொன்னன் திடுக்கிட்டு விழித்தபோதிலும் இமைப்பொழுதில்

விஷயத்தைப் புரிந்துகொண்டு என்னை இறுகப்பிடித்து இழுத்துத் தன் உடலுக்குப் போர்வையாக்கிக் கொண்டான்.

இருவரும் அங்கிருந்து கிணற்றின் மறைவுக்குச் சென்றோம். "என்னடி தவறு செய்யத் துணிந்து விட்டாயா? நேற்றுத்தான் ஏதோ உணர்ச்சி வசப்பட்டாய்! ஆனால் உன்னை முழுவதும் அழித்துக்கொள்ளவில்லை. இன்று அதற்கும் தயாராகி விட்டாயா?" என்று என் மனம் இடித்துரைக்கும். அதையும் மீறிக் கொண்டு நான் தவறு செய்துவிட்டேன் என்றுதானே வேணி நீ நினைக்கிறாய்! அதுதான் இல்லை! என் மனத்தில் எந்தக் குழப்பமும் இல்லை. நான் செய்வது சரிதான் என்றே எனக்குப்பட்டது.

முதல் நாள் இரவு என்னை மலர் ஒன்றை முகர்வது போல் நடந்துகொண்ட பொன்னன்; அடுத்த நாள் இரவு அந்தக் கிணற்றடியில் அடிக்கரும்பைச் சுவைப்பதுபோல் சுவைத்தான். அந்தச் சுவைப்பில் நான் சொர்க்கத்திற்குச் சிறகடித்துப் பறந்துகொண்டிருந் தேன். என் வைர வளையல் பொன்னனின் முகத்தில் கீறிவிட்டதையும் அதனால் ரத்தம் கசிந்ததையும் நிலவு வெளிச்சத்தில் என்னால் பார்க்க முடிந்தது. பொன்னனுக்கு அந்த வலியெல்லாம் தெரிந்திருக்க நியாயமில்லை. வேணி! அன்றிரவு என்னை நான் முழுமையாகப் பொன்னனுக்குத் தந்துவிட்டேன்.

கிணற்றடிச் சந்திப்பு எங்களுக்குத் தொடர் நிகழ்ச்சி ஆயிற்று. பகல் நேரங்களிலே கூட ஒருவரையொருவர் பார்த்துக் களித்திட வேண்டுமென்ற துடிப்பு எங்களிருவருக்கும் ஏற்பட்டு விட்டது.

உடலுக்குப் பசி! பசிக்குக் கிடைத்த உணவு! அந்த உணவின் வலுவால் ஏற்பட்ட உற்சாகம்! எல்லாம் சேர்ந்து உள்ளங்கள் இணைந்த காதல் உதயமாயிற்று! அதாவது, தலைகீழான வளர்ச்சி! இப்படியும் உலகில் பல காதல் வாழ்க்கைகள் மலர்ந்துகொண்டு தானே இருக்கின்றன.

வளர்த்துவானேன்; எங்கள் உறவின் அடையாளச் சின்னம் வயிற்றில் வந்துவிட்டது! இரண்டு மூன்று மாதங்கள் மறைத்துப் பார்த்தேன். அம்மா, கண்டுபிடித்து விட்டார்கள். அப்பாவுக்குத் தெரிந்தால் உயிரையே விட்டு விடுவார் என்று நடுங்கிப் போன அம்மா, என்னிடம் மிக ரகசியமாகக் கேட்டு நடந்ததை அறிந்து குலுங்கிக் குலுங்கி அழுதாள். அம்மா ஆலோசனைப்படி, நான் பாட்டிக்கு வயதான காலத்தில் பணிவிடைகள் செய்ய பாட்டி வீட்டுக்குப் போவதென்று ஏற்பாடாயிற்று.

பக்கத்து கிராமத்தில் பாட்டி வீடு - ஒரு தோட்டத்து நடுவே கட்டப்பட்ட தனி வீடு! ஒரு குருவி காக்காய் கூட அங்கே எட்டிப்பார்க்காது. என்னைக் கொண்டு போய் வைத்து என் தவறை மறைத்து என்னைப் புனிதவதியாக்கி, எனக்கு ஒரு நல்ல இடம் பார்த்துத் திருமணம் செய்து வைக்க அம்மாவுக்கு அந்தத் திட்டத்தைத் தவிர வேறு எதுவும் புலப்படவில்லை. அம்மாவின் யோசனைக்கான காரணத்தைப் புரிந்துகொள்ளாத அப்பாவும், என்னைப் பாட்டி வீட்டுக்கு அனுப்பச் சம்மதித்து விட்டார்.

பாட்டி வீட்டில், நோயாளியான என் பாட்டி - ஒரு வேலைக் காரப்பெண் - பிறவி ஊமை அவள்! இதைவிட எனக்குப் பாதுகாப்பான இடம் வேறு எங்கே இருக்க முடியும்?

அம்மா, என்னைப் பாட்டி வீட்டில் கொண்டுபோய் விட்டு - என் கதை முழுவதையும் கொட்டித் தீர்த்துவிட்டாள். பாட்டி வீட்டிலேயே குழந்தையைப் பெறவேண்டும். அதை எப்படியாவது மறைத்துவிட வேண்டும். பிறகு நான் ஏதுமறியாத புத்தம் புது புனித மலராக எங்கள் பண்ணை வீட்டுக்குத் திரும்பவேண்டும்.

புறப்படுவதற்கு முதல் நாளே நான். பொன்னனுக்குத் தகவல் கொடுக்கத் தவறவில்லை. ஒவ்வொரு நாளும்

இல்லாவிட்டாலும், வாரம் ஒருமுறை அல்லது இருமுறை இரவு நேரங்களில் பொன்னனும் நானும் பாட்டி வீட்டுத் தோட்டத்துக் கொட்டகையில் சந்தித்து வந்தோம்.

என் பிரசவ நாள் நெருங்கிற்று. என்னைச் சந்திக்க வந்த பொன்னனிடம் நான் ஒரு கோரிக்கை வைத்தேன்.

"இதோ, இந்தச் சுருக்குப் பையில் சவரன்களும், வைரக் கம்மல், வைர மூக்குத்தியும் இருக்கிறது. எனக்கும் உனக்கும் பிறக்கப்போகிற குழந்தையை எங்காவது கொண்டு போய் வளர்ப்பதற்கு ஏற்பாடு செய்! அதற்குச் செலவுக்காக இதை வைத்துக்கொள்! தயவுசெய்து என்னை மறந்துவிடு!" என்று கெஞ்சிக் கேட்டுக்கொண்டேன்.

"மறந்து விடுவதா?" இந்தக் கேள்வியுடன் பொன்னன் என்னை ஓங்கி அடித்துவிட்டு - நான் கொடுத்த சுருக்குப்பையையும் தூக்கி எறிந்துவிட்டுப் போய்விட்டான்! எப்படியோ தவறு செய்து பழிக்கு ஆளாகிவிட்டேன்! அம்மா, அப்பா இருவரும் உயிரோடு வாழவேண்டுமே என்ற கவலையால் என் பாபத்தை மறைத்துக்கொள்ளப் பொன்னனிடம் உதவி கேட்டு மன்றாடினேன். அவனோ என்மீது கொண்டிருந்த ஆசையின் காரணமாக என்னை மறப்பதற்கு இணங்கவில்லை. ஆத்திரத்துடன் போய்விட்டான்.

சில நாட்களில் நான் குழந்தை பெற்றேன். பாட்டியே அதற்கான மருத்துவ வேலைகளைக் கவனித்துக் கொண்டாள். குழந்தையை வீட்டை விட்டு வெளியே அனுப்பிவிட வேண்டுமென்ற ஆழ்ந்த யோசனையில் பாட்டி ஈடுபட்டாள். ஊமை வேலைக் காரிதான் அந்தக் காரியத்துக்குச் சரியான ஆள் என்று அவளிடம் அந்தப் பணி ஒப்படைக்கப்பட்டது. குழந்தையை அந்த ஊமையிடம் கொடுத்து எங்காவது - யார் கண்ணிலாவது படும் இடத்தில் போட்டுவிட்டு வந்துவிடு என்று பாட்டி உத்திரவிட்டாள்.

நான், குழந்தையுடன் சேர்த்து அந்தச் சுருக்குப்பையையும் கொடுத்து அனுப்பினேன். விடிவதற்கு முன்பே ஊமை வேலைககாரி வீட்டை விட்டுக் குழந்தையுடன் கிளம்பி நானும் பாட்டியும் சொன்னபடி வெற்றிகரமாகத் திரும்பிவிட்டாள்.

ஆனால் வேணி; நான் சிறிதும் எதிர்பார்க்கவில்லை நான் பெற்ற குழந்தை; எனக்கு முன்பாக என் வீட்டுக்கே வந்துவிடு மென்று!"

- காமாட்சியின் கதை முழுவதையும் கேட்ட வேணி, அதில் ஒரு எழுத்து விடாமல், தன் கணவன் சோமுவிடம் சொல்லி முடித் தாள். சோமுவும், அந்த விவரத்தைத் தன் நண்பன் மகேஸ்வரனிடம் எப்படிச் சொல்ல வேண்டுமோ அப்படிச் சொல்லிவிட்டான்.

பக்கத்து கிராமத்தில் பாட்டி வீடு - ஒரு தோட்டத்து நடுவே கட்டப்பட்ட தனி வீடு! ஒரு குருவி காக்காய் கூட அங்கே எட்டிப் பார்க்காது. என்னைக் கொண்டு போய் வைத்து என் தவறை மறைத்து என்னைப் புனிதவதியாக்கி, எனக்கு ஒரு நல்ல இடம் பார்த்துத் திருமணம் செய்து வைக்க அம்மாவுக்கு அந்தத் திட்டத்தைத் தவிர வேறு எதுவும் புலப்படவில்லை. அம்மாவின் யோசனைக்கான காரணத்தைப் புரிந்துகொள்ளாத அப்பாவும், என்னைப் பாட்டி வீட்டுக்கு அனுப்பச் சம்மதித்து விட்டார்.

பாட்டி வீட்டில், நோயாளியான என் பாட்டி - ஒரு வேலைக்காரப் பெண் - பிறவி ஊமை அவள்! இதை விட எனக்குப் பாது காப்பான இடம் வேறு எங்கே இருக்க முடியும்?

அம்மா, என்னைப் பாட்டி வீட்டில் கொண்டுபோய் விட்டு - என் கதை முழுவதையும் கொட்டித் தீர்த்துவிட்டாள். பாட்டி வீட்டிலேயே குழந்தையைப் பெறவேண்டும். அதை

எப்படியாவது மறைத்துவிட வேண்டும். பிறகு நான் ஏதுமறியாத புத்தம் புது புனித மலராக எங்கள் பண்ணை வீட்டுக்குத் திரும்ப வேண்டும்.

புறப்படுவதற்கு முதல் நாளே நான், பொன்னனுக்குத் தகவல் கொடுக்கத் தவறவில்லை. ஒவ்வொரு நாளும் இல்லாவிட்டாலும், வாரம் ஒருமுறை அல்லது இருமுறை இரவு நேரங்களில் பொன்னனும் நானும் பாட்டி வீட்டுத் தோட்டத்துக் கொட்ட கையில் சந்தித்து வந்தோம்.

என் பிரசவ நாள் நெருங்கிற்று. என்னைச் சந்திக்க வந்த பொன்னனிடம் நான் ஒரு கோரிக்கை வைத்தேன்.

"இதோ, இந்தச் சுருக்குப் பையில் சவரன்களும், வைரக் கம்மல், வைர மூக்குத்தியும் இருக்கிறது. எனக்கும் உனக்கும் பிறக்கப்போகிற குழந்தையை எங்காவது கொண்டு போய் வளர்ப் பதற்கு ஏற்பாடு செய்! அதற்குச் செலவுக்காக இதை வைத்துக் கொள்! தயவுசெய்து என்னை மறந்துவிடு!" என்று கெஞ்சிக் கேட்டுக்கொண்டேன்.

"மறந்து விடுவதா?" இந்தக் கேள்வியுடன் பொன்னன் என்னை ஓங்கி அடித்துவிட்டு - நான் கொடுத்த சுருக்குப்பையையும் தூக்கி எறிந்துவிட்டுப் போய்விட்டான்! வேணி! எப்படியோ தவறு செய்து பழிக்கு ஆளாகிவிட்டேன்! அம்மா, அப்பா இரு வரும் உயிரோடு வாழவேண்டுமே என்ற கவலையால் என் பாபத்தை மறைத்துக்கொள்ளப் பொன்னனிடம் உதவி கேட்டு மன்றாடினேன். அவனோ என்மீது கொண்டிருந்த ஆசையின் காரண மாக என்னை மறப்பதற்கு இணங்கவில்லை. ஆத்திரத்துடன் போய் விட்டான்.

சில நாட்களில் நான் குழந்தை பெற்றேன். பாட்டியே அதற்கான மருத்துவ வேலைகளைக் கவனித்துக் கொண்டாள். குழந்தையை வீட்டை விட்டு வெளியே அனுப்பிவிடவேண்டு மென்ற ஆழ்ந்த யோசனையில் பாட்டி

ஈடுபட்டாள். ஊமை வேலைக்காரிதான் அந்தக் காரியத்துக்குச் சரியான ஆள் என்று அவளிடம் அந்தப் பணி ஒப்படைக்கப்பட்டது. குழந்தையை அந்த ஊமையிடம் கொடுத்து எங்காவது - யார் கண்ணிலாவது படும் இடத்தில் போட்டுவிட்டு வந்துவிடு என்று பாட்டி உத்திரவிட்டாள்.

நான், குழந்தையுடன் சேர்த்து அந்தச் சுருக்குப் பையையும் கொடுத்து அனுப்பினேன். விடிவதற்கு முன்பே ஊமை வேலைக் காரி வீட்டை விட்டுக் குழந்தையுடன் கிளம்பி நானும் பாட்டியும் சொன்னபடி வெற்றிகரமாகத் திரும்பிவிட்டாள்.

ஆனால் வேணி; நான் சிறிதும் எதிர்பார்க்கவில்லை நான் பெற்ற குழந்தை; எனக்கு முன்பாக என் வீட்டுக்கே வந்துவிடு மென்று!"

-காமாட்சியின் கதை முழுவதையும் கேட்ட வேணி, அதில் ஒரு எழுத்து விடாமல், தன் கணவன் சோமுவிடம் சொல்லி முடித்தாள். சோமுவும், அந்த விவரத்தைத் தன் நண்பன் மகேஸ்வரனிடம் எப்படிச் சொல்ல வேண்டுமோ அப்படிச் சொல்லிவிட்டான்.

அத்தியாயம் : 21

பண்ணையார் பரமேஸ்வரன் பூஜை அறையை விட்டு வெளியே வருவதற்கே அன்றைக்கு நீண்ட நேரமாயிற்று.

"கைதரவல்ல கடவுள் போற்றி
ஆடக மதுரை அரசே போற்றி
கூடலிலங்கு குருமணி போற்றி
தென்றில்லை மன்றினுளாடி போற்றி
இன்றெனக் காரமுதானாய் போற்றி
மூவா நான் மறை முதல்வா போற்றி
சேவார் வெல்கொடிச் சிவனே போற்றி."

பக்திச்சுவை நனி சொட்டச் சொட்ட ஒரு வாசகத்துக்கும் உருகாதார் எந்தத் திருவாசகத்து உருகுவாரோ அந்த மாணிக்க வாசகத்தின் போற்றிப் பாடலை இசைத்தவண்ணம் பூஜையை முடித்து எழுந்தார் பண்ணையார். அவருக்கருகே பார்வதியம்மாள் பக்திப் பிழம்பாகக் காட்சியளித்தவாறு பூஜையறையைக் கடந்து வெளியே வந்தாள்.

அவர்கள் பூண்டிருந்த வைதீகக் கோலத்தை அந்த வீட்டின் மாடியறைப் பலகணி வழியாக சோமுவும் வேணியும் ரசித்துப் பார்த்துக்கொண்டிருந்தார்கள். சோமுவும், வேணியும் தங்குவதற்காக அந்த அறைதான் மாடியில் அவர்களுக்காக ஒதுக்கிவிடப் பட்டிருந்தது.

கீழே கூடத்தில் காமாட்சி, குழந்தையைத் தூக்கிக்கொண்டு வந்துகொண்டிருந்தாள். பண்ணையார், 'காமாட்சி!" எனத் தன் மகளை அன்பு தவழக் கூப்பிட்டு, அவள் கையிலிருந்த குழந்தையை வாங்கி "என்னா சொல்றான் என் தங்கக் கட்டி! டே! பயலே! தாத்தாவுக்கு முத்தம் கொடுடா! தப்பு! தப்பு! பாத்தியா பார்வதி - தெய்வம் கொடுத்த குழந்தையைப் போயி;" பயலேன்னு சொல்லிட்டேன்! தப்பு! தப்பு!"

என்றவாறு குழந்தையின் கால்களைத் தூக்கி அதன் பாதங்களைக் கண்களில் ஒத்திக் கொண்டார்.

அப்போது பார்வதியின் கண்களும் காமாட்சியின் கண்களும் சந்தித்துக்கொண்டு ஊமை மொழியில் உரையாடியதை மாடியறையிலிருந்தபடி சோமுவும் வேணியும் கவனிக்கத் தவறவில்லை. குழந்தையை மார்போடு அணைத்தவாறு பண்ணையார் காமாட்சியிடம் பேசினார். அவரது வார்த்தைகளில் மகிழ்ச்சியும் சோகமும் இழையோடின. இடையிடையே கோபமும் கொப்பளித்து மறைந்தது.

"காமாட்சி! உன் அண்ணன்தான் நம்ப குடும்பத்துக்கே அழியாத அவமானத்தைத் தேடிக் கொடுத்துட்டான். ஊர் சிரிக்கிற அளவுக்கு எல்லாம் ஆயிட்டுது! அவனுக்கு எவ்வளவு தைரியமிருந்தா என்னையே எதிர்த்துகிட்டு அரிஜனத் தெருவிலேயே குடிசை போட்டுகிட்டு இருப்பான்! சரி! எனக்கு ஒரு ஆண் பிள்ளையே பிறக்கலேன்னு நினைச்சுகிட்டுப் போறேன். இவனைப் பெத்து, வளர்த்து, படிக்கவச்சு, பட்டதாரியாக்கி, பட்டணத்திலே தொழில் நடத்துற அளவுக்கு செஞ்ச அப்பனுக்கும் அம்மா வுக்கும் ரொம்ப நல்லா நனறி காட்டிட்டான். எங்க ரெண்டு பேரு முகத்திலியும் நல்லா கரியை அள்ளிப் பூசிட்டான்! எப்படியோ என் தலைவிதி நடக்க வேண்டியது நடந்தாச்சு!

காமாட்சி! உங்க அம்மா சொல்லியிருப்பாளே; இன்னைக்கு உன்னை பெண்ணு பார்க்க வர்ராங்க! ரொம்ப பெரிய இடம்மா! மாப்பிள்ளை ஐ.ஏ.எஸ். கூடிய சீக்கிரம் எங்கேயாவது ஒரு ஜில்லாவுக்குக் கலெக்டரா ஆயிடுவாராம்! வரதட்சணை விஷயத் திலே பிடிவாதம் பிடிக்கிறது இல்லைன்னு உங்கம்மா இஷ்டத் துக்கே விட்டுட்டேன். மாப்பிள்ளை வீட்டார் கேட்கிறதைக் கொடுக்கிறதுன்னு ஒரு முடிவுக்கு வந்துட்டேன்.

அநேகமாக இன்னும் ஒரு மணி நேரத்திலே அவுங்க வந்துடு வாங்க! நீ, டிரஸ் எல்லாம் மாத்திகிட்டு சீக்கிரம் ரெடியாகும்மா! உன் தோழி வேணியும், அவ புருஷன் சோமுவும் இந்த நேரத்தில் இங்க இருக்கிறது உனக்கு இரட்டிப்பு சந்தோஷமா இருக்கும். ஆனா ஒண்ணு; உங்க அண்ணன் மகேஸ்வரன் இல்லாதது உனக்கு மனக்குறையாக இருக்கும். அதையெல்லாம் நினைக்காம, நீ மகா லட்சுமி மாதிரி அலங்காரத்தைப் பண்ணிகிட்டு மாப்பிள்ளை வீட்டாருக்கு நேரா வந்து மங்களகரமா நில்லம்மா!"

பண்ணையார் இந்தச் செய்தியை பல்வேறு உணர்ச்சி பாவங் களுடன் சொல்லிக் கொண்டிருந்தபோது காமாட்சியின் விழிகள் நீர்த்துளிகளை உதிர்த்தன. பார்வதி, அவளைச் செல்லமாகக் கடிந்துகொண்டு, "நல்ல காலம் வரும்போது கண்ணீரை விட்டுக் காரியத்தைக் கெடுத்துடாதே" என்று ஜாடை ஜாடையாக அறிவுறுத்தினாள். காமாட்சி, தன் வாழ்க்கையில் ஏற்பட்டுவிட்ட நிகழ்ச்சிகளின் தொகுப்பை எண்ணி நெஞ்செல்லாம் புண்ணாக நிற்கிறாள் என்பது பண்ணையாருக்கு எப்படித் தெரியும்! அண்ணன் இல்லாத குறையை நினைத்து அவள் கலங்குகிறாள் என்றே அவர் கருதினார். குழந்தையிடம் பேசத் தொடங்கினார்.

"இனிமே நீ, எங்ககிட்ட இருக்க வேண்டியதுதான்! உன்னைப் பெறாமலே பெற்ற தாயாக இருந்த என் பெண்ணு காமாட்சி, நல்ல இடத்துக்குப் போகப் போறா! நீ வந்த அதிர்ஷ்டம்தான் காமாட்சிக்கு கலெக்டர் வீட்டு சம்பந்தம் கிடைக்கப் போகுது."

பண்ணையார், குழந்தையைத் தன் முகத்தோடு ஒத்திக் கொண்டு "நானும் எத்தனையோ குழந்தைகளைப் பாத்திருக் கேன் பார்வதி! இந்தக் குழந்தை முகத்திலே இருக்கிற தேஜசும், தெய்வாம்சமும் இதுவரையில் எந்தக் குழந்தை கிட்டேயும் நான் பாத்தது இல்லை! என்ன; நான் சொல்றது சரிதானா?" எனக் கேட்டவாறு மனைவியைப் பார்த்தார்.

பார்வதி, தன் முகமாற்றத்தை மெத்தச் சிரமத்துடன் சமாளித்துக்கொண்டு "ஆமாங்க!" என்று தலையசைத்தாள்.

"சரி! சரி! காமாட்சியை அழைச்சிகிட்டுப்போயி, தயார் பண்ணு! இந்தா இந்த சின்ன தெய்வத்தைத் தூக்கிக்க! நான், மாப்பிள்ளை வீட்டாரை வரவேற்க வேண்டிய காரியங்களைப் பாக்கிறேன்" குழந்தையைப் பார்வதியிடம் கொடுத்துவிட்டு, பண்ணையார் பரபரப்புடன் திண்ணைப்பக்கம் சென்றார். அவர் சென்றதும், காமாட்சி, பார்வதியின் காலைப் பிடித்துக்கொ "அம்மா!" எனத் தேம்பித் தேம்பி அழத் தொடங்கினாள்.

“காமாட்சி! ஏற்கனவே உங்க அப்பாவுக்கு அரை உயிர் போயிட்டுது! நீயும் ஏதாவது கோளாறு பண்ணி, அவருக்குத் தெரிஞ்சுதுன்னா - அவ்வளவுதான்! அவர் ஆயுளே முடிஞ்சுடும்!"

"அம்மா! அதற்காக, நான் ஒருவர் வாழ்க்கையில் குறுக்கிட்டு அவரைக் காலமெல்லாம் கவலைப்பட வைக்க வேண்டுமா? நான் செய்தது சரியா? தவறா? அதுவல்ல இப்போது பிரச்சினை! தவிர்க்க முடியாத சூழ்நிலையில் ஏற்பட்டுவிட்ட கடந்த கால நிகழ்ச்சிகள், என் இதயத்தைத் துளைத்துக் கொண்டேயிருக்கும்போது எப்படி யம்மா; என்னை மணக்கப்போகிறவருக்கு நான் துரோகம் செய்யத் துணிய முடியும். வேண்டாம்மா! எப்படியாவது, தயவுசெய்து இந்தக் கல்யாண ஏற்பாட்டை நிறுத்துங்கம்மா!"

"ஓகோ! அந்த சாதி கெட்டப் பொன்னனையே கட்டிகிட்டு நிக்கிறேன்னு சொல்றியா?"

"இல்லம்மா! எனக்குக் கல்யாணமே வேண்டாம்! நான் செய்த தவறுகளைச் சுமந்துகொண்டே நான் செத்து மடிந்து

போகிறேன். ஒரு புதிய மனிதருடைய புனிதமான வாழ்விலும் நான் ஒரு புல்லுருவியாக ஆகவேண்டாம்!"

"காமாட்சி! பெத்த பெண்ணாச்சேன்னு மாத்திரம்; நீ செஞ்ச தப்பை நான் மறைக்கவில்லை! என் மாங்கல்யத்தைக் காப்பாத்திக்கத்தான் உன்னோட நான் ஒத்துழைச்சு, இந்தப் பாவத்துக்கு உடந்தையா இருக்கவேண்டியாச்சு! இப்பவும் உன் காலிலே விழுந்து நான் கேக்கிறேன்; எனக்கு மாங்கல்யப் பிச்சை கொடு!"

பார்வதி வாய்விட்டு அழத் தொடங்கியதும்; காமாட்சி வேறு வழியில்லாமல் தாயாரைத் தேற்றி, 'சரிம்மா! சரிம்மா! உங்க இஷ்டப்படியே நடக்கிறேன்" என்று கூறிவிட்டு அவள் அறைக்குள் வேகமாகச் சென்றுவிட்டாள்.

புடவைத் தலைப்பால் கண்களைத் துடைத்துக் கொண்டு குழந்தையை ஏதோ ஒரு வகையான வெறுப்புடன் இழுத்து அணைத்தவாறு பார்வதியம்மாளும் தன் அறைப் பக்கம் சென்றாள். அந்தக் குடும்பத்தின் நிலைமை கண்டு, சோமுவும் வேணியும் தங்களுக்குள்ளாக வேதனைப்பட்டனர். பழுத்த வைதீகக் குடும்ப மொன்றில் ஐதீகங்களையும், சாத்திர சம்பிரதாயங்களையும் புரட்டி எறியக்கூடிய புயல் ஒன்று எவ்வளவு வேகமாக அடிக்கிறது என எண்ணி அவர்கள் வியந்தனர்.

மாப்பிள்ளை வீட்டாரை வரவேற்க எல்லா ஏற்பாடுகளும் மளமளவென்று நடந்தேறின. பார்வதியம்மாள், மாடியிலிருந்து சோமுவையும் வேணியையும் அழைத்து அவர்களையும் விரைவில் தயாராகுமாறு கேட்டுக்கொண்டாள்.

கூடத்தில் விலை உயர்ந்த ஜமக்காளங்கள் விரிக்கப்பட்டன. ஊரில் உள்ள மிக முக்கியமான பிரமுகர்கள் வீட்டு ஆடவரும் பெண்டிரும் சுமார் இருபது முப்பது பேர் வந்து பண்ணையார்

வீட்டுக் கூடத்தில் அமர்ந்தனர். அவர்களுடன் சோமுவும் வந்து உட்கார்ந்துகொண்டான். சோமுவைப் பண்ணையார், ஊர்ப் பிரமுகர்களுக்கு அறிமுகப்படுத்தி வைத்தார். அதில் ஒரு பெரியவர் சோமுவைப் பார்த்து, “தம்பி, நல்ல மாதிரியா தெரியுதே! நீங்களாவது அந்த மகேஸ்வரனுக்கு புத்தி சொல்லக் கூடாதா?” என்று உருக்கமாக வேண்டுகோள் விடுத்தார்.

"அவன் பேச்சை விடுங்கள்! அவன் எனக்குப் பிள்ளையே இல்லை! சாதி கெட்டவன் பேச்சு எதுக்காக?" என்று அந்த வேண்டுகோளுக்கு முற்றுப்புள்ளி வைத்தார் பண்ணையார்.

எதிர்பார்த்தபடி மாப்பிள்ளை வீட்டார் வந்து விட்டார்கள்! அறுபது வயதைத் தாண்டிய ஒரு பெரிய மனிதர் நெற்றியில் விபூதியுடனும், அவரையொட்டி அவரது மனைவியார் அகலமான குங்குமத் திலகத்துடனும் முதலில் வந்தனர் காரிலிருந்து இறங்கி! மாப்பிள்ளையும் பெண்ணை நேரில் பார்க்க வந்திருந்தார். அழகான உருவம். கம்பீரமான தோற்றம். சிவந்த மேனி.

மாப்பிள்ளையைப் பார்த்ததுமே காமாட்சிக்குப் பொருத்த மான ஜோடியென்று எல்லோருடைய வாய்களும் பாராட்டுக்களைப் பொழிந்தன! மாப்பிள்ளை வீட்டாரைப் பண்ணையாரும் பார்வதியம்மாளும் மகிழ்ச்சி ததும்ப வரவேற்றனர். எல்லோருக்கும் சிற்றுண்டி வழங்கப்பட்டது.

மாப்பிள்ளை வீட்டாரோடு வந்திருந்த ஒரு மூதாட்டி; "ஏன் பெண்ணை அழைத்து வரலாமே!" என்று குரல் கொடுத்தாள்.

காமாட்சியின் குழந்தையைத் தன் கையில் தூக்கிக்கொண்டிருந்த வேணி, காமாட்சியை அலங்காரப் பதுமையாக அந்தக் கூடத்துக்கு அழைத்து வந்தாள். மாப்பிள்ளை, காமாட்சியைப் பார்த்ததும் தேன் குடத்தில்

விழுந்த வண்டாகிவிட்டார் என்பது அவர் முகத்தில் பெரிய எழுத்துக்களில் தீட்டப்பட்டிருந்தது!

மாப்பிள்ளையின் பெற்றோருக்கும் பூரண திருப்தி! பெண் பிடித் திருக்கிறது கிறது என்பதை மாப்பிள்ளை, தன் பெற்றோருக்குத் தெரிவிக்க வேண்டிய முறையில் தெரிவித்துவிட்டார்.

"எல்லாம் மன நிறைவா இருக்கு! கல்யாண தேதியைப் பாருங்கோ!" என்று பஞ்சாங்கக்காரரைப் பார்த்துப் பெண்ணின் தந்தையும், மாப்பிள்ளையின் தந்தையும் ஒரே சமயத்தில் சொன்னார்கள்.

பஞ்சாங்கத்தைப் புரட்டிக்கொண்டிருக்கும்போதே, பண்ணையார் வீட்டு வாசலில் பொன்னனை ஏற்றி வந்த 'போலீஸ் வேன் வந்து நின்றது.

அத்தியாயம் : 22

பொன்னன் கைது செய்யப்பட்டுப் போலீசாரால் அழைத்து வரப்படுகிறான் என்ற செய்தி திருக்கைவால் முனியாண்டிக்குக் கிடைத்தது.

அவன் விரைந்தோடி வந்து வீராயியின் காதில் அதைச் சொன்னதுதான் தாமதம், அந்தச் செய்தி காட்டுத் தீயாக மாறிற்று.

இப்படியும் சில பிறவிகள்.

மாரியின் வீட்டில் உள்ளவர்கள் யாரும் வீராயிக்கோ முனியாண்டிக்கோ எந்தத் தீங்கும் செய்தவர்களுமல்ல - செய்ய நினைத்தவர்களுமல்ல! அப்படியிருந்தும் எந்த அடிப்படையும் இல்லாத ஒரு பகை அந்தக் குடும்பத்தின் மீது வீராயிக்கு ஏற்பட்டிருந்தது.

முனியாண்டியின் சுபாவம், எப்படியாவது ஒரு அடிதடி விவகாரத்தில் தன்னை ஈடுபடுத்திக்கொள்ள வேண்டும் என்பதாகும். அதனோடு, அவனுக்குச் செங்கமலத்தின் மீது ஒரு கண் இருந்தது.

என்றைக்காவது ஒரு நாள் பசிக்கும்போது சாப்பிடலாம் என்று விட்டு வைத்திருந்தான். அதையும் நிறைவேற்றிக்கொள்ள முயற்சி செய்து தோற்றுப்போய்விட்டான். இதைத் தவிர மாரி வீட்டார் மீது வீராயி - முனியாண்டி விரோதம் கொள்ள எந்த வகையிலும் மாரி வீட்டார் காரணமாக இருந்ததில்லை.

ஊர் வம்பு பேசாவிட்டாலோ - யார் மீதாவது அபவாதம் சுமத்தாவிட்டாலோ சில பேருடைய உள்ளத்தில், சொரிந்து விட்டு அடக்கமுடியாத ஒருவித அரிப்பு ஏற்படும். அந்த அரிப்பை அவர்கள் விளைவுகளைப் பற்றிக்

கவலைப்படாமல் அடக்கிக் கொள்ளத் துடிப்பார்கள். அந்தப் பணி முடிந்தபிறகே அன்றிரவு தூக்கம் அவர்களுக்கு நிம்மதியாக வரும்.

அத்தகையோர் வரிசையில் முன்னணியில் நிற்கக்கூடிய முனியாண்டியின் மனைவி வீராயி, ஏற்கனவே இயற்கையால் தண்டிக்கப்பட்ட தனது ஊனமுற்ற உடலுடன் ஊர் முழுதும் சுற்றியலைந்து "கேட்டீங்களா? சேதி! அந்தப் பொன்னன் திருட்டுக் கேசிலே மாட்டி போலீஸ்காரங்க இழுத்துக்கிட்டு வர்ராங்களாம்!" என்று ஒலிபரப்பிக் கொண்டிருந்தாள்.

நந்தகுமார், பக்கத்து ஊர்க் காலனியில் அம்பேத்கார் இளைஞர் மன்றம் ஒன்றை அமைக்கின்ற வேலைக்காகச் சென்றிருந்தான்.

அந்தக் காலனி இளைஞர்களுடன் விவாதித்து மன்றம் அமைப்பதற்கான வழிவகைகளை அவன் கூறிக் கொண்டிருக்கும் போது, "டேய்! உங்க அண்ணனைப் போலீஸ் புடிச்சிட்டுதாம். திருட்டுக் கேசாம்!'" என்று ஒரு வாலிபன் ஓடிவந்து சொன்னான்.

நந்தகுமாரால் அந்தச் செய்தியை நம்பமுடியவில்லை.

ஆனால் பொன்னன், திருவாரூரில் வீடு வாங்குவதற்காகத் திட்டம் வகுத்துக் கூறினானே; அந்த நினைவு நந்தகுமாருக்கு உடனே நெஞ்சில் தைத்தது. அங்கிருந்து தன் ஊர் நோக்கி ஓட்டமும் நடையுமாக வந்துகொண்டிருந்தான்.

அவ்வளவு தொலைவுக்கு எட்டிய செய்தி மாரிக்கும் செங் கமலத்துக்கும் எட்டாமலிருக்குமா?

மாரி, பதைத்தார்! துடித்தார்! அய்யோ கடவுளே என்று தலையிலும் மார்பிலும் அடித்துக்கொண்டார்.

செங்கமலம், தந்தையின் வேதனையைக் கண்டு செய்வதறி யாது விழித்தாள். அவள் நிலை விசித்திரமானது.

தனக்காகக் குடும்பத்தையும், சொத்து சுகங்களையும் இழந்து விட்டுத் தன்னோடு வாழத் தயாராகிவிட்ட மகேஸ்வரனின் அன்பும் உறுதியும் கண்டு ஒரு வகையிலே பூரிப்பு! அந்தக் குடும்பத்தைக் கெடுத்தவள் என்று ஊரார் வசைபாடுவார்களே என்ற அச்சம்!

இப்படி ஊசலாடிக்கொண்டிருந்த அவளுக்குப் பொன்னனைப் பற்றிக் கிடைத்த தகவல் எத்தகைய மனப்புண்ணை உண்டாக்கி யிருக்கும். தன் அண்ணன் திருட்டு வழக்கிலே சிக்கிக்கொண் டிருக்கிறான்.

அதுவும் அவன் வேலை பார்த்த பண்ணையார் வீட்டிலேயே திருடியிருக்கிறான்.

இதற்குப் பிறகு எப்படி அவளால் வெளியிலே தலைகாட்ட முடியும்?

தடுமாறிக்கொண்டிருந்த தந்தை ஏதோ ஒரு முடிவுடன் வீட்டை விட்டு வெளியே புறப்பட்டார். "அப்பா!" என்று அலறியவாறு செங்கமலம் அவருக்குக் குறுக்கே வந்து விழுந்தாள்.

"உன்னால கிடைச்ச கௌரவம் போதாதுன்னு இப்ப உங்க அண்ணனாலேயும் எனக்குப் பெரிய கௌரவம் கிடைச்சிருக்கு! என்னைத் தடுக்காதே விடு! நான் ஒண்ணும் தற்கொலை பண்ணிக்க மாட்டேன். எனக்குப் பிறந்தவன் திருடனா இல்லையாங்கிற உண்மையைத் தெரிஞ்சுகிட்டு வரத்தான் போறேன்!" என்று உரத்த குரலில் கூறிய மாரி, செங்கமலத்தை வேகமாகக் கீழே தள்ளிவிட்டு விரைந்து நடந்தார் பண்ணையார் வீடு நோக்கி!

அந்த ஊரே, பண்ணையார் வீட்டை நோக்கித்தான் வந்து கொண்டிருந்தது.

வாசலில் போலீஸ் வேன் வந்து நின்றதும் பண்ணையார், பஞ்சாங்கக்காரர் சொன்ன வார்த்தைகளைக் கூடக் காதில் வாங்கிக் கொள்ளாமல் தெருத் திண்ணைக்கு வந்தார். கூடத்தில் அமர்ந்திருந்தவர்கள் அவரைப் பின்தொடர்ந்தனர். சோமுவும், வியப்பு மேலிட வெளியே வந்தான். பெண்கள் யாரும் வெளியே வராமல் கூடத்திலேயே திகைப்புற்று நின்றனர்.

போலீஸ் வேனிலிருந்து பொன்னனை இறக்கி அழைத்துக் கொண்டு போலீஸ் அதிகாரியும் காவலர்களும் திண்ணைப்படியில் ஏறினர். அதற்குள் பண்ணையார், "தயவுசெஞ்சி அங்கேயே நிறுத்துங்க அவனை! அவன் திண்ணைக்கு வந்தா தீட்டுப்பட்டும்! என்ன விசேஷம் சொல்லுங்க! அவனை ஏன் அரஸ்ட் பண்ணி யிருக்கீங்க?" என்று மளமளவென்று பேசத் தொடங்கினார்.

போலீஸ் அதிகாரி மட்டும் மேலே வந்து பண்ணையாரிடம் வைரக் கம்மல்களையும், மூக்குத்தியையும் காட்டி, "இவைகள், உங்கள் வீட்டு நகைகள்தானா? பாருங்கள்!" என்று கேட்டார்.

"பார்வதீ! பார்வதீ!" என்று பண்ணையார் கூச்சலிடவே, அந்த அம்மாள் திண்ணைக்கு ஓடிவந்து "என்னங்க?" என்றவாறு அவர் அருகே வந்து நின்றாள்.

இருவரும் நகைகளை மாறி மாறிப் பார்த்தனர்.

"இது நம்ப காமாட்சியோட கம்மலும் மூக்குத்தியும் தானே?" பண்ணையார் கண்டுபிடித்துவிட்டார்.

பார்வதியம்மாளும் "ஆமாம்! காமாட்சியோட நகைகளே தான்" என்று ஒப்புதல் வாக்குமூலம் கொடுத்தாள்.

ஆனால் பார்வதியம்மாளின் முகத்தில் ஒரு பதைப்பு தென்பட்டது.

அவளது கண் இமைகள் படபடவென அடித்துக் கொண்டன.

"எதற்கும், காமாட்சியையும் கூப்பிட்டுக் கேட்டுவிட்டால் விஷயம் உறுதியாகி விடுகிறது" இப்படிச் சொல்லிக் கொண்டே பண்ணையார் காமாட்சியை அழைத்தார்.

தலை சுற்றுகிற நிலையில் வேணியைக் கட்டிப்பிடித்தவாறு நின்றுகொண்டிருந்த காமாட்சி, கால்கள் பின்னிட வெளியே வந்து "என்னப்பா?" என்று நா தழுதழுக்கக் கேட்டாள்.

அப்போது அவள் விழிகள், காவலர்கள் சூழக் கைதியாக நிற்கும் பொன்னனைக் காணத் தவறவில்லை.

எத்தனை வகையான உணர்ச்சிகள் அவளைச் சவுக்கு கொண்டு தாக்கின என விவரிக்க இயலாது.

போலீஸ் அதிகாரி, நகைகளைக் காமாட்சியிடம் காட்டி, "ஏம்மா! இது உங்க வீட்டு நகைதானே?" என வினவினார்! காமாட்சி, பார்வதியைப் பார்த்துக் கண்களால் கெஞ்சினாள். பயனில்லை. ஆமாம் என்பதற்கு அடையாளமாகத் தலையசைத் தாள் காமாட்சி!

இதோ இந்தப் பொன்னன், இந்த நகைகளைக் கொண்டு வந்து விற்பதற்கு முனைந்தபோது இவனைக் கையும் களவுமாகப் பிடித்து வந்தோம் என்ற விவரத்தை அதிகாரி விளக்கியதோடு, அந்தக் குற்றச்சாட்டு சம்பந்தமான புகார் ஒன்றைத் தருமாறு பண்ணையாரிடம் கேட்டுக்கொண்டார்.

பண்ணையாருக்குப் பொன்னனைத் தண்டிக்கிற அளவுக்கு மனம் கடுமையாக மாறவில்லை. "சார்! போனால் போரான் விட்டுடுங்க! எங்க பண்ணையிலே பரம்பரையா வேலை பாத்த குடும்பம். ஏதோ அவனை நான் வேலையை விட்டு நீக்கிட்டேன். அது கூட என் மகன் மகேஸ்வரன் சாஸ்திர விரோதமா நடத்திய காரியங்களுக்கு இவனும் இவன் அப்பனும் உடந்தையாக இருந் தாங்க என்கிறதாலே! ஏதோ திருட்டுப் போன நகைகள் கிடைச்சுட்டுது. அவனை மன்னிச்சு துரத்தி விட்டுடுங்க!"

பண்ணையார் கூற்றை அதிகாரி ஏற்றுக்கொள்ளத் தயாராக இல்லை. காவல்துறையினர் தங்கள் கடமையைச் செய்தாக வேண்டிய அவசியத்தை அந்த அதிகாரி சட்டபூர்வமாக எடுத்துக் காட்டினார்.

அதற்குள் பண்ணையார் வீட்டுத் திண்ணையிலும் தெருவிலும் நூற்றுக்கணக்கானவர்கள் குழுமிவிட்டனர். பொன்னன் ஊர் மக்களைப் பார்க்க இயலாமல் தலையைத் தொங்கப் போட்டுக்கொண்டு நின்றான். பாவம்; எவ்வளவு பெரிய பைத்தியக்காரன் அவன்.

தன்னையும், தான் விற்பதற்குக் கொண்டு சென்ற வைர நகைகளையும் எந்தக் கடைக்காரன் பார்த்தாலும் அவனுக்கு இயற்கையாகவே இது திருட்டுப் பொருளாக இருக்குமோ என்ற சந்தேகம் எழத்தானே செய்யும் என்பதைக் கூட அவனால் சிந்திக்க முடியவில்லை.

அவன் நெஞ்சம் அவனைத் தூண்டிவிட்டது. "ஏன் சும்மா நிற்கிறாய்? எல்லா உண்மைகளையும் கொட்டிவிடு! பண்ணையார் வீட்டுக் கௌரவம் பஞ்சாகப் பறக்கட்டும்! காமாட்சி தான் அந்த நகைகளைக் கொடுத்தாள் என்ற உண்மையைச் சொல்ல உனக்கு ஏன் தயக்கம்?

தூண்டிவிட்ட நெஞ்சம், அவனுக்கு அறிவுரையும் கூற ஆரம்பித்தது.

"நீ அப்படிச் சொல்லி அதைக் காமாட்சி மறுத்துவிட்டால்? ஏழை சொல் அம்பலம் ஏறவா போகிறது! காமாட்சிக்கும் உனக்கு முள்ள தொடர்புகளையும், குழந்தை பிறந்த கதையையும், அது இப்பொது தெய்வக் குழந்தையாக பண்ணையார் வீட்டில் வளர்வதையும் நீ ஆதாரத்தோடு சொல்லிவிடலாம்! அதனால் என்ன விளைவு? காமாட்சியின் வாழ்வு பாழாகும்! உனக்கு இன்ப விருந்தாகப் பல நாட்கள் இருந்த ஒருத்திக்கு நீ செய்யும் கைமாறு இது தானா என்று காமாட்சி ஏங்குவாள்! அதையும் யோசித்துப்பார்!"

பொன்னன், காமாட்சியைக் காட்டிக் கொடுப்பதில்லை என்ற முடிவுக்கு வந்துவிட்டான். பண்ணையார், போலீசாருக்குத் தேவையான புகார் மனுவை எழுதி முடித்து அதில் கையெழுத் திட்டு அதிகாரியிடம் கொடுத்தார்.

"பேஷ்! மாப்பிள்ளை வீட்டார் கால் வைத்த நேரம் நல்ல நேரம்தான்! காணாமல்போன வைர நகைகள் திரும்பக் கிடைத்து விட்டன"

என்று அந்த ஊர்ப் பெரியவர் ஒருவர் புன்னகை ததும்பச் சொன்னார்.

அப்போது, புயல் போல அங்கு மாரி நுழைந்தார்! "எஜமான்! என் மகன் திருடினது உண்மைதானா?" என்று ஆவேசமாகக் கேட்டார்.

“அமைதியாக இரு மாரி! என்ன செய்றது எனக்கு ஒரு மகனை ஆண்டவன் கொடுத்தது மாதிரி, உன் பேரைக் கெடுக்க இந்தத் திருடன் பிறந்திருக்கிறான்" என்று பண்ணையார், மாரியை சமாதானப்படுத்தினார்.

அதற்குள், மாரி மின்னல் எனப் பொன்னன் மீது பாய்ந்தார். கன்னத்தில் அறைந்தார். கழுத்தை நெறித்தார். கம்பை எடுத்து முதுகில் அடித்தார். உற்சாகமாக நின்றுகொண்டிருந்த முனியாண்டியின் திருக்கை வாலைப் பிடுங்கி, பொன்னனை அடித்துக் கொண்டேயிருந்தார்.

போலீசாரால் தடுக்க முடியவில்லை. அவர்கள் அயர்ந்து நின்றுவிட்டனர்.

பொன்னன் பொறுமையோடு அடிகளை வாங்கிக் கொண்டிருந்தவன், வலி தாங்கமுடியாத நிலை வந்ததும் "அய்யோ அம்மா!" என்று கத்தினான். "சாவுடா! சாவு! திருட்டுக் கழுதை சாவு!" என்று ஒரு பெரிய கல்லைத் தூக்கி அவன் தலையிலே போடப் போனார்.

அதைத் தடுக்கப் போலீசாரும், பண்ணையாரும் ஓடுவதற்குள், காமாட்சி முந்திக்கொண்டு ஓடிப்போய், மாரியைத் தடுத்து நிறுத்தி அவளையுமறியாமல் பொன்னனைக் கட்டிக்கொண்டு அழத் தொடங்கினாள்.

அத்தியாயம் : 23

கண்ணைப்பறிக்கும் மின்வெட்டுக்களும் காதைப் பிளக்கும் இடி முழக்கங்களும் நாடி நரம்புகளையெல்லாம் நடுங்கவைக்கும் புயலின் சீற்றமும் நடுக்காட்டில் தனியாகச் சிக்கிக்கொண்டவனை என்ன பாடு படுத்தும்!

பண்ணையார் அந்த நிலைக்குத்தான் ஆளானார்.

அங்கு கூடியிருந்தோர் அனைவரையும் காமாட்சியின் அந்தச் செயல் ஒரு உலுக்கு உலுக்கிற்று. உதடுகளைப் பிளந்துகொண்டல்ல; நெஞ்சையே இரு கூறாகப் பிளந்துகொண்டு வெளிப்பட்ட வார்த்தைகளைப் போலப் பண்ணையார்; "காமாட்சி!" என்று கத்தினார்.

அந்த ஒலி, ஒரு பீரங்கி வெடித்தது போலிருந்தது.

"அப்பா! பொன்னன் என் காதலன் - இதோ எங்களுக்குப் பிறந்த குழந்தை -இந்த நகைகளை நான்தான் பொன்னனுக்குக் கொடுத்தேன்."

துளியளவு தயக்கமும் அச்சமுமின்றி காமாட்சி ஒரு புரட்சிகரமான கதையின் சுருக்கத்தை காதலன் குழந்தை நகைகள் என்ற மூன்று சொற்களைக் கொண்டே அங்கு கூடியிருந்த எல்லோருக்கும் விளங்கவைத்து விட்டாள்.

மாரி, பொன்னன் தலையை நோக்கி ஓங்கிய பெருங்கல்லைத் தரையில் போட்டுவிட்டு உடல் ஜில்லிட்டுப்போன நிலையில் நின்றுகொண்டிருந்தார்.

அவர் எவ்வளவோ முயற்சி செய்து பார்த்தும் கூட அவரது அங்கங்கள் அசைய மறுத்துவிட்டன.

பண்ணையார் "அடி! பாவி!" என்று காமாட்சியின் மீது பாய்ந்தார்.

மாரி கீழே போட்டிருந்த அந்தப் பெரிய கல்லைப் பண்ணையார் தூக்கினார்.

அவரது கைகளை மிக வேகமாக இரண்டு கரங்கள் பற்றிக் கொண்டு அந்தக் கல்லைத் தூக்கவிடாமல் செய்தன.

நிமிர்ந்து பார்த்தார்.

மகேஸ்வரன் நின்றான்.

"மகேஸ்வரா! இந்தக் குடும்பக் கௌரவத்தையும் என் சனாதன தர்மத்தையும் வைதீகக் கொள்கையையும் நீ கெடுத்து விட்டாய் என்று உன்னைக் கடிந்துகொண்டேன். நீ செய்த தவறு கடுகளவுதான்! இதோ எனக்குப் பெண்ணாகப் பிறந்த பேய் நிற்கிறது பார் - என் மானம், மரியாதை எல்லாவற்றையும் மண்ணோடு மண்ணாக்கிவிட்டு! இந்தப் பிசாசு செய்துவிட்ட தவறு மலையளவு மகேஸ்வரா! மலையளவு!"

பண்ணையார், மகனைக் கட்டிக்கொண்டு அழுதார்.

"அப்பா! பணக்காரர் - பண்பாளர் என்ற பெருமைகளுக்குச் சொந்தக்காரராக இருந்தால் மட்டும் போதாது. பகுத்தறிவு பரவுவதின் காரணமாக சமுதாயத்தில் உருவாகும் மாற்றங்களை ஏற்றுக்கொள்ளவும் தயாராக இருக்க வேண்டும். இன்னும் சொல்லப்போனால் உங்களைப் போன்றவர்கள், அந்த மாற்றங்கள் ஏற்பட உறுதுணையாகவும் இருக்கவேண்டும்.

"நீங்கள் பக்தசிரோன்மணி! பழுத்த ஆத்தீகர்! தெய்வத்தை உண்மையாகவே நம்புகிறவர்! நம்புவதைப் போல

நடிப்பவரல்ல! ஆண்டாண்டு காலமாக இருந்து வரும் ஆதிக்க சக்திகளில் ஒரு வராகவே வாழ்ந்திட நீங்கள் விரும்பினீர் களேயல்லாமல் புதுமை கள் உதயமாவதை உங்கள் விழிகளால் காண மறுத்துவிட்டீர்கள். வயது வந்த பெண் காமாட்சி! ஒரு தந்தையிடம் ஒரு மகன் ஊரார் மத்தியில் தவிர்க்க முடியாத சூழலில் அதுபற்றிப் பேச வேண்டியவனாகி விட்டேன். காமாட்சியின் இளமைத் துடிப்புகளையோ, உணர்ச்சிகளையோ பற்றி நினைத்துப் பார்க்க நேரமே இல்லாமற் போய்விட்டது உங்களுக்கு! நேமநிஷ்டையில் நீங்கள் திளைத்திருப்பது போலவே உங்கள் பெண்ணும் இருந்திட வேண்டும் - இருப்பாள் - என்று கருதியது, எவ்வளவு பெரிய குற்றம் என்பதை இப்போதாவது எண்ணிப் பாருங்கள்.

வளர்ந்துவரும் நாகரீக உலகத்தில் வரதட்சணை விவகாரம் விடவில்லை. உங்களை கெட்டியாகப் பிடித்துக் கொண்டது. அதிலும் இரு வேறு முரண்பட்ட கொள்கைகள். நம் வீட்டுச் செல்வத்தைத் தாராளமாக வழங்கவும் மனம் இடம் தரவில்லை உங்களுக்கு! அதைப்போல சம்பந்தம் கொள்ள வருகிறவர்களிடம் கொஞ்சம் குறைவாகப் பெற்றுக் கொள்ளவும் இணங்க முடியவில்லை உங்களால்! உங்கள் பிடிவாதமான சாத்திர சம்பிரதாயக் கட்டுப்பாடுகளுக்கும், கருமித்தனத்திற்கும் கிடைத்த சரியான தேவையான - பதிலைத்தான்; இதோ உங்கள் எதிரே பார்த்துக் கொண்டிருக்கிறீர்கள்! இனிமேல் நீங்கள் செய்ய வேண்டியது என்ன என்பதை யோசனை செய்யுங்கள்.

அதற்கு மேல் அவனைப் பேச விடாமல் "மகேஸ்வரா" என்று கதறியழுது அவனைக் கட்டிப் பிடித்துக்கொண்டார் பண்ணையார்.

பெண் பார்க்க வந்தவர்கள், அந்த இடத்தை விட்டு மெதுவாக நழுவினார்கள். பிறகு அவர்களை அங்கு காணவில்லை.

"அப்பா! காமாட்சி - பொன்னன் திருமணம் நடந்தாக வேண்டும். அதற்கு நீங்கள் சம்மதிக்க வேண்டும். இதைக் கேட்பதற்கு உங்களுக்கு அதிர்ச்சியாகத்தான் இருக்கும். இதைவிட அதிர்ச்சியான செய்தி ஒன்றை நான் உங்களுக்குச் சொல்லப் போகிறேன். அதற்கும் நீங்கள் உங்கள் உள்ளத்தைப் பக்குவப் படுத்திக்கொள்ள வேண்டும்."

அப்போது அந்த வீட்டை நோக்கி நந்தகுமாரும், செங்கமலமும் வந்து கொண்டிருந்தார்கள். மகேஸ்வரன், செங்கமலத்தைப் பார்த்துவிட்டான்.

"அப்பா! அதோ வருகிறாளே செங்கமலம்! நமது மாரியின் மகள்! அவளை நான் திருமணம் செய்துகொள்வதாக முடிவு செய்துவிட்டேன்."

பண்ணையார் மேனி முழுதும் வியர்வையால் நனைந்தது. ஒரு தாழ்த்தப்பட்ட வாலிபன் தன் வாலிபன் தன் வீட்டுக்கு மாப்பிள்ளையாக வந்துவிட்ட பிறகு, ஒரு தாழ்த்தப்பட்ட பெண், மருமகளாக வருவது தவறா என்ன? இப்படியொரு கேள்வி, பண்ணையார் நெஞ்சில் எழுந்து அவரை அமைதிப்படுத்தி ஆறுதல் கொள்ளச் செய்யும் என்றுதான் மகேஸ்வரன் எதிர்பார்த்தான்.

இரண்டு குத்தீட்டிகள் இரு விழிகளிலும் பாய்ந்தது போல் பண்ணையார் துடித்துக் கொண்டிருந்தார்.

அந்த ஊரில் அவர் பெற்றிருந்த செல்வாக்கு என்ன மதிப்பு மரியாதை என்ன தலைநிமிர்ந்து கம்பீரமாக நடந்த குடும்பப் பெருமை என்ன - எல்லாமே குப்புறக் கவிழ்க்கப்பட்டு அங்கே கூடியிருந்த ஊர் மக்களின் காலடிகளில் சிதறிக்கிடப்பதாக அவர் உணர்ந்தார்.

"மாரி! நான் உன்னைத் தவறாகவே நினைக்கமாட்டேன். நினைத்திருந்தால் அது தவறு! எனக்குத் தெரியாமல் எல்லாம்

எப்படி நடந்துவிட்டதோ, அப்படித்தான் உனக்கும் தெரியாமல் எல்லாம் நடந்திருக்கும். கடவுள் நம் இருவரையும் பெரும் சோதனைக்கு ஆளாக்கிவிட்டான்."

பண்ணையார் உருக்கத்துடன் பேசினார்! திடீரென்று திருக்கைவால் முனியாண்டிக்கு ஆவேசம் வந்துவிட்டது.

"எல்லாம் இந்தப் பொன்னன் பயலால் வந்தது! அய்யா மனசை எவ்வளவு நோக வச்சுட்டான் அயோக்கியன்! உண்ட வீட்டுக்கு ரெண்டகம் செஞ்சவன் உருப்படுவானா?"

பொன்னன் மீது முனியாண்டி மோதினான். தந்தையிடம் அடிபட்டுச் சோர்ந்து கிடந்த பொன்னன், முனியாண்டியை விடவில்லை.

அந்தத் தெருவிலே போட்டுப் புரட்டியெடுத்தான்.

போலீஸ் அதிகாரி தலையிட்டு முனியாண்டியைப் பொன்னனிடமிருந்து காப்பாற்றினார்.

அதற்குள் முனியாண்டி, தன் மடியில் இருந்த கத்தியை எடுத்து பொன்னன் நெஞ்சில் குத்திடப் பாய்ந்தான். மகேஸ்வரன் அவனைத் தடுத்துத் துரத்தினான்.

பண்ணையார், போலீஸ் அதிகாரியைத் தன்னருகே அழைத்தார்.

"அய்யா! எல்லாம் உங்களுக்குத் தெளிவாகியிருக்கும் என்று நம்புகிறேன். பொன்னன், திருடனல்ல என்ற பிறகு இனிமேல் நீங்கள் காத்திருக்கத் தேவையில்லை. நீங்கள் உங்கள் கடமையைச் செய்ததற்கு நன்றி!"

போலீசாரும், பதிலுக்கு நன்றி தெரிவித்துவிட்டு அங்கிருந்து புறப்பட்டனர்.

இரு இணைகளின் திருமணத்தைப் பற்றிப் பண்ணையார் என்ன முடிவு எடுக்கப் போகிறார் என்பதை அங்கிருந்த அனைவரும் மிக்க ஆவலுடன் எதிர்பார்த்துக் கொண்டிருந்தனர்.

சோமுவும் வேணியும் பண்ணையாரிடம் பக்குவமாகப் பேசினர். நிலைமை இவ்வளவு முற்றி வெடித்துவிட்ட பிறகு இனியும் பிடிவாதம் காட்டுவதில் பயனில்லை. அவர்களின் விருப்பம்போல் திருமணத்தைச் செய்துவைத்து சமுதாயத்தில் பெரும் மாற்றத்தை ஏற்படுத்திய கீர்த்தியை உங்களுக்கு உரிமையாக்கிக் கொள்ளுங்கள் என்று சோமுவும் வேணியும் பண்ணையாரிடம் வேண்டினர்.

நீண்ட நேரம் மௌனமாக நின்றுகொண்டிருந்த பண்ணையார் பரமேஸ்வரன், இறுதியாக அந்தத் திருமணங்களுக்குத் தன் ஒப்புதலை அளித்தார். ஊர்மக்கள் வியப்புடன் அங்கிருந்து கலைந்து சென்றனர்.

பண்ணையார் அறிவித்தவாறே ஒருவார காலத்திற்குள் இரு இணைகளுக்குமான மணவிழா ஏற்பாடாயிற்று. பண்ணையார், வேதனையின் சுமையைத் தாங்க முடியாத நெஞ்சைத் தன் கரங்களால் அழுத்திக்கொண்டே பார்வதியம்மாளிடம் கேட்டார்; "நீ கூடவா பார்வதி இப்படி நடந்துகொண்டாய்? என்று! அதற்குப் பார்வதியிடமிருந்து பதில் வரவில்லை. அவரது காலில் விழுந்து அவர் பாதங்களில் தலையைப் புதைத்துக்கொண்டு அழுதாள்.

திருமணத்திற்கான வேலைகளைத் தொடங்க பண்ணையார் தயாராகி விட்டார்.

சமுதாய சீர்திருத்தத்தில் அக்கறை கொண்டோர் அனைவரும் விழாவுக்கு வந்திருந்தனர். இந்தத் திருமண நிகழ்ச்சிகள், அந்தப் பகுதி முழுவதிலுமே பெரும் பரபரப்பை ஏற்படுத்தின. மணமக்கள் தங்கள் வாழ்க்கை ஒப்பந்தத்தை நிறைவேற்றிக் கொண்டபோது பண்ணையார் மணப்பந்தலில் எங்கோ ஒரு மூலையில் நெஞ்சைப் பிடித்துக்கொண்டு மேலுக்கு மகிழ்ச்சியாக இருப்பதுபோல் காட்டிக்கொண்டு உட்கார்ந்திருந்தார். சோமுவும் வேணியும் ஆடியோடி திருமண நிகழ்ச்சிகளைக் கவனித்தனர்.

விழா இனிது முடிவுற்று, வருகை தந்தோர் அனைவரும் விடைபெற்றுச் சென்றனர். பண்ணையார், தன்னுடைய புனிதமான கொள்கைகளுக்கு மகத்தான தோல்வி ஏற்பட்டுவிட்ட தாகவே எண்ணினார். அதன் விளைவு என்ன?

திருமணம் முடிந்த ஒரு மாதத்திற்குப் பிறகு, மகேஸ்வரனும் செங்கமலமும் சென்னைக்குப் புறப்பட்டனர். காமாட்சியும் பொன்னனும் கூட சென்னையில் மகேஸ்வரன் வீட்டிலேயே தற்காலிகமாகத் தங்குவது என்று முடிவாயிற்று. அந்த ஏற்பாடுகளைக் கவனிக்க சோமுவும் வேணியும் நந்தகுமாருடன் முன்கூட்டியே சென்னைக்குச் சென்றனர்.

பண்ணையார் வீட்டு வாசலில் மகேஸ்வரனின் கார் நின்று கொண்டிருக்கிறது.

மகேஸ்வரன், காரின் முன் இடத்தில் அமர்ந்து காரை ஓட்டத் தயாராகிறான். அவனுக்கருகே செங்கமலம் வந்து அமர்ந்து கொள்கிறாள். பொன்னன், காரின் பின்னால் உள்ள இருக்கையில் வந்து உட்காருகிறான். காமாட்சி, குழந்தையுடன் வந்து அவன் பக்கத்தில் உட்காருகிறாள். மாரி,

காருக்கு வெளியே நின்று அவர்களை வழியனுப்பி வைக்க காத்துக்கொண்டு இருக்கிறார்.

காரில் உள்ளவர்கள், வீட்டின் உள்பக்கம் திரும்பி கைகளை அசைத்து விடைபெற்றுக் கொள்கிறார்கள்.

வீட்டுத் திண்ணையிலிருந்தவாறு பார்வதியம்மாள் கையசைத்து அவர்களுக்கு விடைகொடுக்கிறாள்.

அவள் முகத்தில் புன்னகையில்லை! புன்னகை மட்டுமா இல்லை? பொட்டில்லை நெற்றியில்! பூவில்லை தலையில்! காரணம்; அவள் கழுத்தில் மாங்கல்யம் இல்லை!

காமாட்சி பொன்னன், செங்கமலம் மகேஸ்வரன் ஆகிய இரு இணைகளையும் குழந்தையையும் ஏற்றிக்கொண்டு கார் புறப்படுகிறது.

(முற்றும்)

★ ★ ★

www.ingramcontent.com/pod-product-compliance
Lightning Source LLC
LaVergne TN
LVHW010931051026
849532LV00003B/937

* 9 7 8 8 1 9 9 6 2 4 3 8 2 *